अधांतर

जयंत पवार यांचे प्रकाशित साहित्य

नाटक
अधांतर
दरवेशी आणि इतर एकांकिका

कथासंग्रह
फिनिक्सच्या राखेतून उठला मोर

अधांतर

जयंत पवार

पॉप्युलर प्रकाशन, मुंबई

अधांतर
(म-७७७)
पॉप्युलर प्रकाशन
ISBN 978-81-7185-610-7

ADHANTAR
(Marathi : Play)
Jayant Pawar

पहिली आवृत्ती : १९९९/१९२१
तिसरे पुनर्मुद्रण : २०१५/१९३७
चौथे पुनर्मुद्रण : २०२२/१९४४

प्रकाशन
अस्मिता मोहिते
पॉप्युलर प्रकाशन प्रा. लि.
३०१, महालक्ष्मी चेंबर्स
२२, भुलाभाई देसाई रोड
मुंबई ४०० ०२६

अक्षरजुळणी
अभिषेक एन्टरप्रायझेस
बोरीवली (पूर्व)
मुंबई ४०० ०६६

गिरणी संपात भरडले गेलेले कामगार,
त्यांचे कुटुंबीय आणि
गिरणगाव वाचवण्यासाठी
अखेरच्या युद्धात उतरलेल्या शिलेदारांना...

जयंत पवार यांचे 'अधांतर'

नाटक-चित्रपटातल्या वर्षांनी नाटक किंवा चित्रपट पाहयला जाण्यातला एके काळचा थरार माझ्या आयुष्यातून केव्हा तरी गेला. जायला नको होता पण गेला. कधी कसा ते कळलेही नाही. पण आता कोणतेही नाटक किंवा चित्रपट पाहयला जायचे तर माझी प्रतिक्रिया थंड असते. पाहताना देखील सहसा आत काही हलत नाही, पुढे घडायचे ते सगळे पडदा वर गेल्यावर पहिल्या दहा पाच मिनिटांतच दिसते. तसेच घडत जाते. मग कंटाळा येतो. मी शिक्षा झाल्यासारखा खुर्चीत चुळबुळत राहतो आणि पहिल्या संधीला बाहेर पडतो. ते बरे दिसणार नाही हे कळते पण मी मला अनावर होतो. माझे उठून जाणे फार वाईट दिसू नये म्हणून हल्ली तिकीट काढतो, ते मागचे आणि बाजूचे काढतो म्हणजे गेलो तर कुणाच्या लक्षात येणार नाही.

असे जेव्हा घडत नाही, एखादे नाटक किंवा चित्रपट पाहताना मी हरवतो आणि सर्व संपून उजेड झाल्यावरच भानावर येतो तेव्हा ते नाटक किंवा तो चित्रपट मोठा अशी सोपी व्याख्या मी माझ्यापुरती करून टाकली आहे.

ही व्याख्या अर्थातच व्यक्तिगत आहे.

या व्याख्येने 'अधांतर' हे जयंत पवार यांचे नाटक अलीकडच्या काळात मी पाहिलेले एक मोठे नाटक होते. ते पाहण्याआधी त्याच्याविषयीच्या माझ्या अपेक्षा फार अल्प होत्या.

त्याचा कर्ता जयंत पवार मला प्रथम भेटला काही वर्षे आधी, नाट्यलेखनाच्या एका कार्यशाळेत, पुण्यात, इतर पाचसहा होतकरू तरुण नाटककारांच्या बरोबर. थिएटर ॲकॅडेमी या संस्थेने ही कार्यशाळा योजली होती आणि मी तिचा सल्लागार होतो.

जयंतचे व्यक्तिमत्त्व तसे प्रथमदर्शनी छाप टाकणारे नव्हते. (आजही नाही.) पुढे पुढे करून, चमकदार बोलून नजरेत भरणारे आणि व्यक्तिमत्त्वाची उणीव अशी भरून काढणारे कुणी असतात तसाही तो नव्हता. त्याचे लेखन त्या कार्यशाळेत त्याने वाचले असले तर मला ते आठवत नाही. मला

तो आठवतो तो, वाचले जाणारे इतरांचे नाट्यलेखन आणि त्यावरची चर्चा लक्षपूर्वक ऐकताना. ऐकण्यातली त्याची मनःपूर्वकता, गांभीर्य, एकाग्रता, त्याचे नाटक-माध्यमात असलेले मन सुचवीत होती. क्वचितच चर्चेत बोलण्यासाठी तो तोंड उघडी तेव्हा तोंड उघडताना त्याला पूर्वतयारी करावी लागे. आधी बराच वेळ तो चुळबुळत असे. जणू बोलू की नको असे द्वंद्व त्याच्या मनात चाले. कधी तर असे होई की बोलण्याच्या पूर्वतयारीत त्याचा मुद्दा मागे पडे आणि तो मांडलाच जात नसे किंवा मांडला जाई तेव्हा त्याची वेळ गेलेली असे. किंवा जयंत तो इतका गुळमुळीत स्वरात मांडे की त्याचे महत्त्व कुणाला जाणवत नसे. हा निदान बाहेरून तरी आत्मविश्वास नसलेला वाटणारा तेव्हाचा जयंत पवार माझ्या मनात 'अधांतर' बघायला जाताना होता.

पुण्याच्या त्या कार्यशाळेनंतरही तो मला भेटे तेव्हा काय लिहितोस विचारले की संकोचलेला चेहरा करी. तोंडातल्या तोंडात, अपराधी असल्यासारखा तिसरीकडे पाहत आपल्या नव्या नाट्य-लेखन-धडपडीविषयी बोले. काही मनासारखे जमत नाही हेच धृपद असे.

त्यामुळे पुन्हा एकवार कंटाळण्याच्या, जांभया दाबण्याच्या तयारीने (अशा वेळी खिशात लिमलेटच्या गोळ्या, काजू, चणे किंवा शेंगदाणे ठेवतो, तेही सर्व होते;) मी जयंतच्या नाटकाला बसलो.

पुढे काय झाले मला आठवत नाही पण खिशातले सर्व खिशात राहिले आणि नाटक कधी संपले ते कळले नाही. ते संपले तेव्हा मी खरपूस मार खाल्ल्यासारखा खुर्चीत सुन्न बसून होतो. जागचे उठावे असे वाटत नव्हते. काही करण्याची शक्तीच गेली होती. पाहिलेल्या नाटकाने मला निकामी केले होते. पाहिले ते नाटक होते असे वाटत नव्हते. खरे आणि भयंकर काहीतरी समोर घडले होते. मन हादरवून टाकणारे, भूकंपासारखे पायाखालची जमीन सरकवणारे. ओळखीचे तरी अनोळखी.

नाटक संपल्यावर जयंत पवार समोर आला तेव्हा माझी स्थिती अशी होती. स्वतः नाटककार म्हणून तीस पस्तीस वर्षे काढून कमावलेला माझा सगळा अहंकार हरवला होता. मी प्रेक्षक होतो आणि जयंत नाटककार होता.

मोठ्या नाटकाचा पुरावा माझ्यापुरता आणखी असू शकत नाही.

कुणाला हे नाटक मुंबईतल्या कापड गिरणी कामगारांच्या ऐतिहासिक संपावरचे महत्त्वाचे नाटक वाटले आहे. कुणाला मुंबईसारख्या महानगराच्या आजच्या समस्यांचे वास्तव चित्र त्यात दिसले आहे. नाटकात करमणूक मागणाऱ्या कुणाला त्यातले रौद्र, भडक, अंगावर भयाचा काटा उठविणारे नाट्यच

जाणवते. हे आम्ही रोज जगतो, वर्तमानपत्रात हेच वाचतो, त्याची पुन्हा नाटकात प्रचिती आम्हांला कशाला देता. ते घटकाभर विसरता येईल असे काही आनंददायक, जीव बहेलावणारे द्या, असे त्यातले काही तक्रार म्हणून म्हणतात.

या प्रतिक्रिया मी प्रयोगानंतर आणि या नाटकावरच्या एका जाहीर चर्चेत ऐकलेल्या आहेत.

मला या नाटकात गिरणी कामगारांचा ऐतिहासिक संप दिसला. आजचे महानगरांचे प्रश्न दिसले. हे सर्व पडदा वर गेल्यापासून तो पुन्हा खाली येईपर्यंत घटनातून आणि संवादातून सारखे समोर होतेच. परंतू त्याहीपेक्षा त्यात मला माझ्या नकळत मी भेटलो आणि म्हणून मला हे नाटक माझे वाटले. मला जाणवलेले आणि म्हणायचे ते पुष्कळ हे नाटक म्हणते आहे. नाटकाच्या आणि त्यातल्या माणसांच्या रूपाने जणू मीच बोलतो आहे असे जाणवून मी नकळत प्रेक्षागृहातल्या खुर्चीतून उठून मनाने थेट नाटकात केव्हा पोचलो ते कळलेच नाही.

आता, मी काही गिरणगावातला नव्हे. मी गिरगावातला. कापड गिरण्यांच्या संपात माझे कुणी नव्हते. ज्या विशिष्ट कनिष्ठ मध्यम वर्गातले जगणे या नाटकात दिसते त्या सामाजिक थरात माझे बाळपण गेले पण तो काळ वेगळा होता आणि या वर्गाचे तेव्हाचे जगणे आजच्या मानाने कितीतरी सोपे आणि निवान्त होते. मी मुंबईत जन्मलो आणि आयुष्य काढले आणि या महानगराचे जे होत आले आणि होते आहे त्याचा मी अर्थात् साक्षी आहे परंतू या नाटकात केवळ हे आणि इतकेच असते तर त्याने मी भारला गेलो तसा भारला गेलो असतो असे वाटत नाही. हे नाटक मग मी मोठे म्हटले नसते, चांगले म्हटले असते. आणि निव्वळ भडक नाट्याचे बेतलेले प्रसंग मला हल्ली पेंग आणतात.

मला या नाटकाने प्रत्यय दिला तो याहून खोलवरचा होता. माझ्या एकूण काळाचा. माझ्या भोवतालच्या जीवघेण्या बदलांचा. त्यात सापडून फाटू पाहणाऱ्या कुटुंब-व्यवस्थेचा. या कुटुंब-व्यवस्थेचे घटक असलेल्या आयुष्यांचा. माणसामाणसातल्या स्थल-काल-परिस्थिती-निरपेक्ष संबंधांचा. ताणांचा. गुंत्याचा. दरीचा. न ओलांडता येणाऱ्या दरीचा. दुराव्याचा. शरीराने, रक्ताने, नात्याने एकमेकांना जोडलेल्या माणसांमध्ये उभ्या राहिलेल्या अदृश्य अभेद्य भिंतींचा. अर्थपूर्ण संवादाच्या अभावाचा. यातल्या त्रासांचा. तगमगीचा. घुसमटीचा. आणि नैमित्तिक स्फोटांचा.

हे सर्व विशिष्ट वर्ग, समाज-घटक, परिस्थिती, गिरणी संपासारखे एखादे नैमित्तिक संकट यापलीकडले असणार. एरवी नाटकाशी यातल्या कोणत्याही कारणाने न जोडलेल्या आणि वर स्वतः नाटककार असलेल्या माझ्यासारख्याला

या नाटकाने का स्वतःत खेचून घ्यावे आणि पडदा पडला तरी मोकळे सोडू नये?

मोठ्या नाटकाचे मोठेपण खरे आणि साक्षात् जाणवते त्याचा प्रयोगही मोठा होत असला तर. या नाटकाचा मी पाहिलेला प्रयोग मोठा होता. त्रुटी नव्हत्या असे नव्हे, पण बलस्थाने त्याहून मोठी होती. सांघिक आणि व्यक्तिगत अभिनय हे महत्त्वाचे बलस्थान होते. रंगमंचावरचे कल्पनाहीन नेपथ्य जाणवू नये इतका त्यापुढला प्रयोग प्रभावी होता. कथेची काही वळणे आणि एखाद दुसऱ्या व्यक्तिरेखेचा अभिनय सांकेतिक होता पण बाकीचे सर्व इतके अस्सल होते की ही सांकेतिकता पाहताना खटकली तरी शेवटी लक्षात राहिली नाही. लक्षात राहिला तो डोके सुन्न करणारा परिणाम.

असा परिणाम करणारे हे नाटक मूलतः आत्मचरित्रात्मक आहे असा माझा तर्क आहे. नाटककाराला याबद्दल विचारावे असे वाटू नये इतके हे नाटकातच स्पष्ट आहे. नाटकात जे दिसते ते वदतो व्याधात् नाही, ते जगलेले आहे. घडते तसे ते जगलेले नसेलही तरीही नाटकातले जगणे नाटककाराला अंतर्बाह्य माहीत आहे याची साक्ष नाटकातला शब्द न् शब्द देतो. त्यातली पात्रे बाहुल्या नाहीत, ती नाटककाराच्या काळजात घर करून बसलेली जिती जागती धगधगती माणसे आहेत. त्यांचे शब्द डायलॉगबाजीसारखे येत नाहीत, ते भडभडून येतात. मुळातले वाटतात. प्रत्येक व्यक्तिरेखेला इथे तिचा स्वतःचा शब्द आहे. तो नाटककाराचा वाटत नाही. प्रत्येक व्यक्तिरेखेच्या बारीकसारीक लकबी जगून मनाशी रुतून राहिलेल्या अनुभवातून आल्या असाव्यात असे वाटते.

केवळ नाट्य हवे म्हणून हुशार नाटककाराने योजलेले कोणत्याही नाटकातले समर-प्रसंग आणि या नाटकातले समर-प्रसंग यातला फरक या नाटकाचे वेगळेपण स्पष्ट होण्यासाठी पुरेसा आहे. या नाटकातल्या समर-प्रसंगांना नाटकातल्या अपरिहार्यतेशिवाय एक जगण्यातली अपरिहार्यता आहे.

नाटक हे प्रेक्षकांसाठी असते असे मानण्याच्या परंपरेत जयंत पवारकडून हे नाटक स्वतःसाठी, एका आतल्या गरजेने लिहून झाले असे वाटते. कदाचित् प्रेक्षकांसाठी किंवा स्पर्धेसाठी म्हणून लिहू लागून नकळत तो नाटकात नको तेवढा गुंतला असेल. मोठे काहीही असेच अनावरपणे घडते. ते ठरवून घडवता येत नाही.

नाटककार नाटक घडवतो परंतू मोठे नाटक नाटककाराला घडवते. या नाटकाने जयंतला नाटककार म्हणून घडवले असे मला वाटते.

या नाटकानंतर, नाटक लिहिणे जयंतला सोपे उरलेले नाही.

१७ मे १९९९ **विजय तेंडुलकर**

'अधांतर'चा पहिला प्रयोग श्री चित्र-चित्रलेखा या संस्थेतर्फे ८ ऑगस्ट १९९७ रोजी गडकरी रंगायतन, ठाणे येथे दुपारी ४-३० वाजता झाला. या प्रयोगातील कलावंत-तंत्रज्ञांची श्रेय नामावली पुढीलप्रमाणे :

लेखक	:	जयंत पवार
दिग्दर्शक	:	मंगेश कदम
नेपथ्य/प्रकाशयोजना	:	प्रदीप सुळे
पार्श्वसंगीत	:	अशोक पत्की
निर्माती	:	पुष्पा राऊत
निर्मिती व्यवस्था	:	विजय पांचाळ

● **कलाकार** ●

आई	:	ज्योती सुभाष
बाबा	:	राजन भिसे
मोहन	:	भरत जाधव
नरू	:	संजय नार्वेकर
मंजू	:	लीना भागवत
राणे	:	अनिल गवस
सतीश	:	हेमंत भालेकर
सावर्डेकर मामी	:	सविता मालपेकर
बटर	:	आशिष पवार

● **ऋणनिर्देश** ●

प्रकाश जाधव, मंगेश कदम, राजीव नाईक, वामन केंद्रे, रत्नाकर मतकरी, चंद्रकांत राऊत, अशोक राणे, शांताराम शिंदे, संजय पवार, देवदास मासवकर.

अंक पहिला

प्रवेश पहिला

[मुंबईतल्या परळ भागातली भरवस्तीतल्या चाळीतली दोन खणी खोली..खरं तर पंधरा बाय बाराचा एकच गाळा तो, पण लाकडी पार्टीशनने दोन खण केलेले. पार्टीशनच्या पलीकडे छोटेसे स्वयंपाक घर. अलिकडच्या भागात बैठकीची, उठाय-बसायची खोली. भिंतीवर दिवंगत अण्णांचा फोटो. फोटोला कधी काळी घातलेला हार वाळून गेलाय; अण्णा या घरातले प्रमुख होते. घरात सामानाची फार दाटी नाही. एक अजागळ सोफा. आतून ढिला झालेला. सोफ्यावर अण्णांचा मोठा मुलगा बाबा बसलाय. वय पस्तीसच्या आसपास. पुस्तक वाचत रेललाय, पाय पुढ्यातल्या टीपॉयवर. पायाशेजारी पुस्तकांची चवड उभी. जवळच ॲश-ट्रे, त्यावर सिगारेट जळतेय. तो बसलाय त्या भिंतीच्यावर फळ्या. त्यावर शेल्फ सारखी पुस्तकं मांडून ठेवलेली. या मांडणीत विस्कळीतपणा. एका भिंतीशी छोटे रायटिंग टेबल. तिथेही पुस्तके आणि सुटे कागद. एका बाजूला जमिनीवरच पार्टीशनला टेकून मोहन बसलाय. हा बाबाच्या मागचा. आता कानाला ट्रान्झिस्टर लावून क्रिकेट कॉमेंट्री ऐकण्याच्या खटपटीत. एका भिंतीला आरसा. कोपऱ्यात एका लाकडी खोक्यावर टी.व्ही आणि जवळच फळीवर रेडिओ. पण दोन्ही नादुरुस्त असावेत. खोलीच्या पुढच्या भागात एक छोटी स्वतंत्र गॅलरी. तिथे मंजू उभी आहे. सर्वांत धाकटी. पण विवाहित. लग्नाचे तेज चेहऱ्यावर नाही. गळ्यात पोताचे मंगळसूत्र. मंजू तांदळाचे ताट घेऊन उभी आहे. तांदूळ निवडते आहे पण खाली रस्त्यावरही लक्ष. गिरणीचा भोंगा होतो. मोहनच्या ट्रान्झिस्टरची बटणे फिरवण्याच्या खटपटीत एकदम स्टेशन लागते आणि कॉमेंट्रीचा जोरदार कल्लोळ होतो. मोहन जोराने ''आऊट'' असे ओरडतो. त्याबरोबर मंजू तशीच तरातरा चालत आत येते.]

मंजू : ए म्हशा, ऊठ पैला. आंघोळ करून घे. मिलचा भोंगा झाला अकराचा.

मोहन : चप् ग! विकेट गेली.

मंजू : पाणी दोनदा तापवून गार झालं.

मोहन : आता कोण करतोय आंघोळ? सचिन गेला. आता लाईन लागेल.

मंजू : म्हंजे करणारच नायस?

मोहन : मॅच संपल्यावरच करीन. इंडियाच्या नावान्. नायतरी साले हरणारच आहेत.

मंजू : आता आई आली की माझ्या नावान् कोकलेल. तिकडे रॉकिल संपत आलंय. बाबा, तू केलीस आंघोळ?

बाबा : (पुस्तकातूनच) हू.

मंजू : नशीब!

मोहन : तुझी झालीय ना, मग पुरे!

मंजू : (डोळे वटारते) काय?

मोहन : घुसवला स्साला! आऊट कटर होता वाटतं.

मंजू : तो ट्रान्झिस्टर ठेव पैला. दळण ठेवलंय चक्कीवर ते घेऊन ये. पीट मळायला घ्यायला हवं.

मोहन : आज रविवाराय.

मंजू : चक्की चालू असते.

मोहन : तांदूळ निवडतेसना? टाक ना थोडे जास्त. कशाला हव्यायत चपात्या?

मंजू : तू उटतोस की नाय?

मोहन : कटकटी हायस आईसारखी! एक मिनिट स्वस्थ बसलेला बघवणार नाय तुला. कटवायला बघ, आंघोळीला जा, चक्कीवर जा! मी एकदाचा गेलो की तू गॅलरीत बसायला मोकळी.

मंजू : गॅलरीत बसायला कोणाची चोरी आय की काय?

मोहन : ए, चल हो आत. तांदूळ टाक. आम्हाला जेवायला मिळायचं नाय.

मंजू : ऱ्हा उपाशी एक दिवस.

मोहन : तुझ्या पैशान् खात नाय मी.

मंजू : मग कोणाच्या पैशान् खातोस? आयशीच्या?

मोहन : हा ट्रान्झिस्टर फेकून मारीन...

मंजू : नरू तुला मारील.

मोहन : तुझ्या आता....(उठू लागतो.)

आई : (दारात उभी. एका हातात बाजाराची पिशवी, एका हातात दळणाचा डबा)

मोअन! (मोहन दबून बसतो.) झाली सुरुवात तुमची? वाटच बघा, सकाळ होते कधी आणि एकमेकांच्या उरावर बसतो कधी.

मंजू : बघ ना. अर्धा तास ओरडतेय आंघोळ करून घे म्हणून. उटेल तर शपत!

आई : तो उटणाऱ्यातला हाय? त्याचे कान केव्हाच फुटलेत. आता तू तुझा घसा कशाला फोडून घेतेस? ही भाजी मोडून ठेव. सांजच्याला व्हयल. नि हा डबा ठेव आत.

मंजू : तू आणलंस दळण? बघ, ह्या म्हशाला सांगत होते चक्कीवर जा म्हणून...

आई : बगत नायस कसा चिखलात रुतून बसल्यासारखा बसलाय!

मोहन : हाऊज दॅट?

[आई त्याच्याकडे संतप्त कटाक्ष टाकते. 'विठ्ठला हे पाय कापून टाक एकदाचे' असं बडबडत आत जाऊ लागते.]

बाबा : आता चाललीयस तर मला चहा आण एक कप.

आई : व्हय आणते. सोडा एकेक फर्मानं. नोकर हायतच तैनातीला.

मोहन : मला पण हवाय.

आई : तुला दिलाय मगाशी जाताना.

मोहन : पुन्हा दिलास तर काय बिघडणाराय काय?

आई : काय बिघडणार नाय हो. चा बनवायला पावडर लागते, साखर लागते, दूध लागते नि तो बनवायला स्टोव्हत राकेल लागते....ह्या सगळ्याला पैसे पडतात ना ते तुम्ही कमावून आणलेत तर माजा काय्येक बिघडणार नाय. मग एक का, धा धा कप चा प्या खुशाल! माज्या बापाचा काय जात नाय.

मोहन : (ट्रान्झिस्टर क्षणभर बाजूला ठेवतो.) दरवेळी हे ऐकवतेस तू. आणि मलाच... मलाच ऐकवतेस. बाबाचा हा सकाळपासूनचा चौथा कप. त्याला बोल ना.

बाबा : (डोळे वटारून) मोहन!

मोहन : आता का? आँ? तुझं हे दरवेळी असतं.

आई : गप बस. आणते चा.

मोहन : काय नको मला आता.

आई : उगाच नकरे करू नकोस. देतेय तो घे.

मोहन : छा! पाठवलास तरी हात लावणार नाय.

आई : इट्टला रे, बघ कसा छळवादीपणा करतायत...

मंजू : तो नको म्हणतोय तर तुझं काय एवढं अडलंय? नाय तरी चहा पिवून करणाराय काय, तिकडे सावर्डेकरणीच्या बाकड्यावर जाऊन बसणार दिवसभर.

मोहन : ए, आधी आपल्या पायाखाली काय जळतेय ते बघ, आपल्या नवऱ्याला बोल. दिवसभर बसून असतो ना मिलच्या गेटवर पत्ते कुटत, त्याला बोल.

मंजू : तोंड सांबाळ. मिलला टाळं लागलंय म्हणून उपोषण चालू आय त्यांचं.

मोहन : उपोषण म्हंजे जुगार खेळायची बेस्ट सोय. पैसे कुठून आणतात ग?

मंजू : आई, ह्याला सांगून ठेव.

आई : तुला घाणीत दगड टाकायला सांगितला कोणी. ती घाण हाय म्हायत नाय? पीट घे मळायला.

मंजू : तू मलाच गप्प कर. त्याला काय बोलू नको.

आई : बोलून थकले. आता माझ्यात ताकद नाय ऱ्हायली बाय.

मंजू : इच्छा नाय म्हणना. तुलाच पायजे असेल...

आई : काय पायजे असेल?

मंजू : मला सगळ्यांनी टोचून खावं, वाट्टेल ते बोलावं. तू नामानिराळी. काय सांगितलं की कानावर हात ठेवायला मोकळी.

आई : आयकरे पांड्रंगा हिचां...

मंजू : त्यापेक्षा स्पष्ट सांग की बाई बास झालं, सहा म्हयने ऱ्हायलीस, आता उचल आपला बोऱ्या नि चालायला लाग. (स्फुंदू लागते.)

आई : ह्यातला एका शब्दान् मी कधी काय म्हटलेला नाय आणि म्हणणारही नाय. येवढ्यांना सांबाळतेय, तुम्ही दोघं काय मला जड नाय.

मंजू : जड कशान् होतोय. ते बेकार झाले तरी मी आणतेय ना कंपनीतून कमवून हजार रुपये म्हैना.

आई : त्यातले पाचशेच देतेस!

मंजू : मं, एका माणसाचे किती देणार? ते असतात कधी घरी जेवायला? दोन्ही टाईम बाहेरच खातात. खातात की तसेच ऱ्हातात कोणाला म्हाईत?

आई : पण मी ताट नेहमीच काढून ठेवते बाय. येऊ दे नायतर ना येऊ दे, राण्यांच्या तीन चपात्या, कालवान नि मूटभर भात ठेवलेला असतो. नसतो?

मंजू : नको काढून ठेऊस आणि परत परत ऐकवू नकोस.

आई : चुकले बाय, परत अवाक्षर नाय काढणार. त्यांना म्हणावा तुम्ही मोप संप करा. उपोषणा करा. यूनियन फिनियन सगळा करा. स्वतःच्या जिवाचे हाल करा, बायकोचे हाल करा, पण एकदाची मिल सुरू झाली की शिदा कामावर जा. परत बावटे हालवत फिरू नका. हे येवढा पाणी ओत जा मोरीत. (पातेले मंजूकडे देते.)

मंजू : (आतल्या आत धुमसत) ह्यांची बावटे मिरवायची सवय म्हायती होती. हा

माणूस एका जागेवर बसणारा नाय तुम्हाला म्हायती होतं. लग्नाच्या आधी एक म्हैना ह्यांचं मिलमधलं खातं सुरू झालं नि ह्यांना काम मिळायला लागलं, तोवर असेच होते ना, मिलच्या गेटवर बावटे घेऊन...

आई : कायव असला तरी माणूस भला होता...बघताना त्याची खातरजमा केली होती.

मंजू : तर! दुसरेपणाचा असला, वयान् थोडा मोठा असला तरी माणूस भला होता.

आई : मग तुला कसला पायजे होता? आधी एवढी नाटका करून ठेवलेलीस...

मंजू : काय नाटकं करून ठेवली होती ग?

आई : आता पुरे झाला ईषय.

['मोहनची आईऽ' अशी हाक मारत सावर्डेकर मामी येते. तिच्या हातात पेढ्यांचा बॉक्स. पंचेचाळिशीची बाई. पण अजूनही सेक्स अपील आहे. तंग ब्लाऊज आणि घट्ट साडी लपेटण्यातून तिला ते जणू दाखवायचेच आहे. कपाळावर ठसठशीत कुंकू आणि गळ्यात दिसेलसे जाड मंगळसूत्र. लगबगीने येते.]

मंजू : घे. आला हिचा फेरा...

[मामी आत येते. मंजू तिच्या समोरून गॅलरीत जाते.]

मामी : मोहनची आईऽ... मोहन! तू इथेचायस? मला वाटला चाळीतल्या पोरांबरोबर पिकनिकला गेलास की काय?

मोहन : पोरांबरोबर? छा!

मामी : दोन दिवस आला नायस तो बाकड्यावर?

मोहन : मॅच चालू आय ना. साले हरत होते. सचिन गेला, म्हटलं चला. पाऊस धावून आला शेवटी.

मामी : आपले लोक नेमी नेमी कशे हरतात रे?

मोहन : वा! आज नवीन साडी...

मामी : तुझां मेल्या बारीक लक्ष! घे, पेडा घे.

मोहन : बाबाला द्या.

मामी : देते रे. आधी तू घे.

मोहन : मं मला दोन द्या.

मामी : दोन काय तीन घे. (हातावर पेढे ठेवते. बाबाला द्यायला जाते.)

बाबा : तिकडे टेबलावर ठेवा. घेईन मग.

[मामी पेढा ठेवून परत येते.]

मामी : (मोहनला टपली मारत) मेल्या कसले म्हणून नाय इचारलेस?

मोहन : म्हायतीआय पेढे केव्हा देतात ते.

मामी : एक नंबरचा चावट रे तू. (आत जाते.) काकी, पेडा घ्या.

आई : कसला गे?

मामी : राकेशान् काल पैला पगार आणलान्.

आई : खरां की काय? कुटे लागला?

मामी : फिटटाईटनटबोल्ट— ड्रापमनमदे लागलाय. काल पगाराचे पावणेतीन आणलान् नि देवाच्या पुड्यात ठेवलान्. स्वतःच पेडे घेवन आला.

आई : तो हायच गुणाचा!

मामी : सगळे बोलतात ना, ह्या एरयात न्हावन यवढा निरमळ कसा न्हायला! आम्हाला काय कटकट नाय पडली. आयटीआय केल्या केल्या चिकटला. आता पण हिकडे तिकडे नाय, कामावरना डायरेक घरी येतो.

आई : चार पेडे ठेवा इते.

मामी : चार कोणाकगे? हा तुमचा. हा मंजूचा.

आई : नि एक राण्यांना?

मामी : राणे?

आई : मंजूचे घरवाले!

मामी : हां. ते राणे. आजून हितेच असतात नाय!

आई : नि नरूला?

मामी : अग्गो बाय माझे! तो महाशनी आय. त्याचा मान आदी ठेवला पायजे. (काहीतरी आठवून) काकी, काल नरून् गल्लीत काय भानगड केली गे?

आई : मोअन कायसासा सांगत होता.

मामी : अंडीवाल्या उस्मानला मारलान् म्हणे बेदम. आणि रात्री पोरांनी जावन त्याचा खोका जाळून टाकलानी. आतमध्ये झापात कोंबड्या होत्या, सगळ्या जळून मेल्या.

आई : आता काय करावा ह्या पोराला तुमीच सांगा.

मामी : पोलिसची वायरलेस आली होती. आमचा राकेश फुडे फुडे करी...म्हटला बस गपचिप घरात. ते मारणारे सुटतील नि पोलिस तुला उचलतील.

आई : हा पोर एक दिवस नाक कापून ठेवणार आमचा. धुऱ्यांच्या घरात आजपर्यंत निपजला न्हवता कोणी असा!

मामी : हे त्याचे दोन ठेवते. (एक पातेले झाकण सारून बघत) आज पावट्याची उसळ की काय? वा! कडवे वाल दिसतात. कसे गे? वासान् पाणीच सुटला बग. मगे येवन एक वाटी उसळ घेवन जाते. (बाहेर येते.) जाते रे मोहन...

मोहन : इकडे या, इकडे या. (ती जवळ येते.) डाग बघा कसला लागलाय साडीला...

मामी : व्हय रे व्हय. (झटकते) तुझां मेल्या बारीक लक्ष. रात्री राकेश कॅसेट आणणाराय् ''हम आपके है कौन.''

मोहन : येव?

मामी : (लाडिकपणे) ये ना. (मोहन हसतो. आशाळभूतपणे तिच्याकडे पाहतो. हात पुढे करतो. ती हातावर पेढा ठेवते आणि हसत जाते.)

मोहन : ओ, कसला ते नाय सांगितलं?

आई : (आतून येत) मी सांगते कसला तो. राकेशान् काल पैला पगार आणून दिलान् त्याचा पेढाय तो.

मोहन : मस्त आय. गौरीशंकरमधून घेतलेला दिसतोय.

आई : बेशरम्या, लाज कशी वाटत नाय तुला, चार चार पेढे खाताना. पेढे खातोआय, जरा शेण खावन ये. कालपर्यंत हाप-पँटीत फिरायचा तो राकेश. पावणेतीन हजार रुपये पगार घेऊन आला काल नि तुम्ही पँटी ढुंगणाकडे ईरत आल्या तरी बूड हालवू नका.

मोहन : राकेशचं सांगू नको. कार्लसनमध्ये मला स्टार्टिंगच अडीच होता, म्हायती आय ना. आता आरामात साडेचारपर्यंत गेला असता.

आई : साडेचार ऱ्हाव दे, ते अडीच पण गेले. काय ऱ्हायला?

मोहन : नाय राहिलं त्याला मी काय करू? माझा काय पण फॉल्ट नसताना मला उडवला. साल्यांना मला उडवायचाच होता. पैशे खाल्ले दुसऱ्याने आणि मला अडकवला.

आई : नोकरी गेली ती गेलीच, वर पाच हजार रुपये भरायला लागले.

मोहन : पण मी खाल्ले नव्हते पैशे.

आई : नेमके तेव्हा हे आडमिट हास्पिटलात. चुलत्याकडे मागितले तर खाका वर केलान्. हितेच हयात गेली त्याची. ह्या खोलीत. तुझ्यासारखेच लोळून दिवस काढलान्. मोठ्या भावान् पोसलान् नि आता त्याच्याच पोरासाठी पैशे भरायची येळ आली तेवा दिडकी नाय दाखवलान्. नानांनी भरलानी पैशे. त्या भल्या गृहस्थान् फाटकन् काढून दिले, पाच हजार.

मोहन : मी फेडीन त्यांचे.

आई : फेडलेस! सा वर्सां झाली त्या गोष्टीला, नि आता नानासुद्दा मिल बंद पडून मुलकात जावन बसले. फेडायच्च्या बाता ऱ्हाव दे. एकादा असता तर दुसरी नोकरी बगून मोकळा झाला असता.

मोहन : नोकऱ्या अशा झाडाला नाय लागलेल्या.

आई : प्रेत्न तरी केलेस?

मोहन : नाय केले? जमतात तितके करतोय.

आई : त्या माणिकभायचा काय झाला?

मोहन : ए, तू जा. मला कॉमेंट्री ऐकू दे. ती पण साली धड लागत नाय. टाईमपास कसा करावा कळत नाय.

आई : तू टाईमपास कर. तो एक नरू तसा. येव दे तर खरा, झिंज्या उपटते. नाय नाय ती लपडी करतो नि आमच्या जिवाला घोर. (बोलत बोलत गॅलरीत येते. मंजूला पाहून कपाळाला आठी) तू इते काय करतेयस? हो आत.

मंजू : तिचा फेरा आला होता ना! कांडं लावून गेली असेल नरूच्या नावान्.

आई : तू आदी घरात चल. नरूचा सांगतेस...जसा काय तुझा नरू सावच हाय.

मंजू : त्याचं तो बगेल. हिला काय झालं एकाचे दोन करून सांगायला?

आई : एका तोंडान् वचवच नि दुसऱ्या तोंडान् मचमच. तेवढ्यातल्या तेवढ्यात तिची नजर पावट्याच्या उसळीवर गेली. आता येयल वाटी नाचवत.

मंजू : (आत येते. मोहनच्या हातातला ट्रान्झिस्टर खेचत) ए आण इकडे. गीतगंगा लागेल.

मोहन : खेचू नकोस मंजेऽ...

मंजू : तुझा नायाय तो. उगीच मिजास दाखवू नको. नरून् आणलाय्.

मोहन : पैशे मोजून नाय् आणलाय. ढापलाय कोणाचातरी.

मंजू : त्याने तेवढं तरी केलान्.

मोहन : मं तुझं काय म्हणणाय? मी पण दुसऱ्याच्या वस्तू ढापू?

मंजू : विकत आण.

मोहन : पैशे पडतात.

मंजू : मं नोकरी कर.

मोहन : दात पाडून टाकीन. साली कंपनीत जाते म्हंजे काय स्वर्गात नाय जात.

मंजू : तू ट्रान्झिस्टर दे.

मोहन : हात काढ आधी. (दोघांच्या हिसकाहिसकीत बाबा डिस्टर्ब.)

बाबा : प्लीज स्टॉप इट! नॉन्सेन्स! एरंडासारखे वाढलात पण अकलेच्या नावानं दिवाळं. शाळकरी पोरांसारखे भांडताय्.

मंजू : तुझं काम कर.

बाबा : तेच करतोय. पण तुमच्या कलकलाटानं सारखा डिस्टर्ब होतोय मी. अशी हिसकाहिसकी करायची असेल तर बाहेर रस्त्यावर जाऊन करा.

(मंजू ट्रान्झिस्टर घेऊन गॅलरीत जाते.)

आई : का रे वसकतोस तिच्यावर? सगळे तिच्यावरच घसरता.

बाबा : चोराच्या उलट्या बोंबा ही या घराची रीतच आहे. तिचं वकीलपत्र घेऊ नकोस. लग्न झालंय ना तिचं, पोर नाही राह्यलीय आता ती...नखाएवढा तरी पोक्तपणा दिसू दे. हा मोहन...शट्! अरे, कधी तरी आपल्या आयुष्याचा गंभीरपणे विचार करा. जग कुठं चाललंय? आपण कुठं चाललोय...?

आई : आपण कुटे नाय चाललोय्...हाओत तितेच हाओत. नि तू करतोयसना आमच्या सगळ्यांच्या वाटचा इचार गांभीरपणान् तेवडा पुरे.

बाबा : तुम्हाला सगळंच थट्टेवारी न्यायचं असतं. करा, थट्टा करा माझी.

आई : थट्टा कसली ती?

बाबा : तुम्हाला त्रास होतो. अडचण होते माझी. आय नो इट व्हेरी वेल. तुमचं बरं आहे. विचार न करणाऱ्या माणसांचं नेहमीच बरं असतं. ते सुखानं जगत असतात. क्लेश भोगावे लागतात ते आमच्यासारख्यालाच. माझं हेच चुकतं, मी विचार करतो.

आई : काय इचार करतोस रे तू? हे घर कसा चालते त्याचा इचार करतोस? तुझे अण्णा काय डबोला ठेवून नाय गेले मागे. शिल्कीत होते ते सुद्दा आजारपणात गेले शेवटच्या. आज मी तिघांचे जेवणाचे डबे करून देते नि शिवणाची कसली कसली कामा आणते, मंजू हाय म्हणून लयवायच देते, ह्यातून सा मानसांचा घर कसा चालते ह्याचा इचार करतोस कधी?

बाबा : तू काय म्हणणार ते आलंय माझ्या लक्षात. नोकरीची दिमडी माझ्या पुढ्यात वाजवू नकोस. ते मोहनला सांग. मी काही कारकुनी करायला जन्माला आलेलो नाहीये. माझा मार्ग वेगळाय. माझ्याकडे काय आहे आणि काय नाहीयाय् ते मी पूर्णपणे ओळखूनाय्.

आई : हो....म्हायतीआय्.

बाबा : काय माहित्येय तुला? बाहेरच्या जगात बाबाला किती मानाय् आहे माहिती? पडलात कधी चार भिंतींच्या बाहेर? संबंधच काय तुमचा साहित्याशी...वाङ्मयीन वादांशी, चर्चा-परिसंवादांशी? सेमिनार शब्द कधी ऐकलाय? (एक पत्रक फडफडवत) हे अस्मितादर्श मेळाव्याचं निमंत्रण आलंय, माझ्या नावावर. अस्मितादर्श म्हणजे काय, आहे माहिती? तुमच्याशी बोलण्यात काही अर्थच नाही. (पुस्तकात डोके खुपसतो. आई तणतणत आत जाते.)

मंजू : (ट्रान्झिस्टर आदळत, मोहनला) संपला प्रोग्रॅम. बस आता घेऊन डोंबलावर दिवसभर.

[दाराची कडी वाजते. 'नरूची आई ऽ' अशी हाक. आई बाहेर येते. बटर हातात थैली सांभाळत आत येतो. पंधरा-सोळा वर्षांचा. काटकुळा. भडक शर्ट, खाली चुरगळलेली हाफ पँट. केस वाढलेले, विस्कटलेले. पायात स्लिपर]

मंजू : काय रे बटर...

बटर : नरूची आई, हे घ्या. नरून् दिलान्.

आई : काय हे?

बटर : कोंबडी हाय. साप करून हानलीआय्.

आई : अरे माझ्या कर्मा. आता हे करील कोण? अर्धी जेवणा झाली.

बटर : नरूला कोंबडीवाल्या पपीने दिलानआय. नरू बोल्ला, थोडा सुकन मटनपन करायला...

मंजू : मटण आणलंस. आता मिर्च्या, कोथमीर, आलं, टामाटे कोण आणणार? सांग जा नरूला.

बटर : सांगतो. (जायला निघतो.)

आई : ए शाण्या, बस तिते. हा बाजीराव केवा येणाराय्?

बटर : म्हायती काय? बाबूच्या खोलीवर हाय.

आई : तिते काय करतोआय्?

मोहन : तीन पत्ते खेळत बसला अशेल.

बटर : नाय. झोपलाय्. रातच्याला लय जागरान झाला ना.

मोहन : रात्री काय भानगड झालीरे. सगळे पळत होते.

बटर : काय म्हायती?

आई : उस्मान कोंबडीवाल्याचा खोका कोणी जाळलान्?

[बटर प्रश्नार्थक खांदे उडवतो.]

मोहन : ए, येडा बनून पेढा खाव् नको.

आई : कोंबड्या पण जळून मेल्या ना रे?

बटर : आयशप्पत मला काय म्हायती नाय.

आई : मला म्हायती हाय सगळा. इते बसून मला बातम्या मिळतात. नरून् उस्मानला मारलान् ना...

मोहन : म्हण आयशप्पत म्हायती नाय!

बटर : खराच. मी नस्तोच पोरांच्यात.

आई : शाळा केवा सोडलीस?

बटर : कवाच.

आई : मग आता हे धंदे करतोस?

बटर : नाय. मिलमदी जातो.

मोहन : काय फेकतोस?

बटर : हा बघ कामाचा पास. (खिशातून कार्ड काढून मोहनला देतो.) कांडी खात्यात बिगारी.

मोहन : (नीट निरखून बघत) ह्यॅ! सगळे खाडेच तर आहेत.

आई : काय रे?

बटर : नाय. त्या पाळ्या पडल्यायत. काम गावते कुटे? मिलचा काय खरा नाय वो. भवतेक बंद पडंल. दुसरीकडे हलवनार बोलतात.

आई : दुसरीकडे हलवणार तर तिकडे जा. पण असा उंडारत फिरू नकोस. ह्या वाया गेलेल्या पोरांच्यात ऱ्हावन आयुष्याची नाशाडी करून घेशील.

बटर : हां.

आई : हां काय?

बटर : नाय ऱ्हानार...नरूला किती वाजता यायला सांगू?

आई : दोन तासांनी ये म्हणावा. (पिशवी घेऊन आत जाते.)

बटर : जाव मी? (जातो. बाबा त्याच्याकडे तुच्छतापूर्वक पाहतो.)

मोहन : एक नंबरं फेकूचंद आहे. रात्री पोरांनी भानगड केली नि ह्याला म्हणे म्हायती नाय.

आई : नसेल म्हायती. तो मिलमध्ये जातो.

मोहन : एक दिवस तडी पडणाराय मजबूत.

बाबा : तुम्ही एंटरटेन का करता अशा पोरांना? तो जात होता तर बसवून का ठेवलंत?

आई : का? त्याच्या अंगाला काय घाण चिकटली व्हती?

बाबा : त्याच्या डोळ्यांतली चिपाडं बघितलीस? मारे उपदेश करत होतीस...उंडारत फिरू नकोस. जशी काय तुझ्या उपदेशामुळे ज्युवेनाईल डेलिक्वन्सी नष्ट होणाराय! तुम्ही अशा वागण्यानं एक प्रकारे उत्तेजन देता गुन्हेगारांना.

आई : गुन्हेगारांना? काय गुन्ना केला रे त्यानी? बापान् घरातून-घालवून दिलान्. बिचाऱ्याशी चार मायेचे शब्द बोलायला नको? आणि गुन्ने काय कोण सोताहून करत नाय.

बाबा : कार्सॉबोनचं मत तू मला ऐकवू नकोस. बापाने हाकलला आणि आर्थिक विवंचनेपायी जीवन-कलहात सापडून तो सामुदायिक गुन्हेगारीच्या खालच्या पायरीवर येऊन पोचला.

मंजू : (आतून येत आईला) आदी त्या मटनाचं काय करायचं ह्या प्रश्नाचं उत्तर दे.

आई : ह्याला लाल मिरच्या आणायला सांग.

मंजू : तू सांग.

आई : जारे मोअन—

मोहन : मटन खायला नरू, मिरच्या आणायला मोहन, बराय धंदा!

आई : सगळ्यांच्याच ताटात पडणाराय्. जा लवकर.

मोहन : च्यॅक!

आई : कसला माज आलाय रे तुला?

मोहन : समोरचा वाणी कटकट्या आहे. मी गेलो की त्याचं पैशाचं सुरू होतं.

आई : मग कोपऱ्यावर जा.

मोहन : तिथे पण तेच. च्यायला तुमच्या उधाऱ्या काय थोड्या आयत?

मंजू : ए, दे पैसे. मीच जाते कशी.

मोहन : वाटलाच मला. तू चान्स बघ.

मंजू : थोबाड बंद ठेव.

[बाहेर गडबड गलका. मोहन ताडकन उठून बाहेर जातो. पाठोपाठ मंजू जाते. आई धिम्या पावलांनी मागून येते. बाबा संत्रस्त नजरेने बघत राहतो. मोठमोठ्याने ओरडण्याचा आवाज जवळ येतो. मंजूचा चिरका सूर कानी पडतो. मोहन राणेना बळेबळेच ओढत घेऊन येतो. अरविंद राणे हा मंजूचा नवरा. वय पस्तीस ते चाळीसच्या दरम्यान. चेहऱ्यावर पिचलेपणा. अंगावरचे कपडे बरेच दिवस धुतलेले नाहीत. आता भयंकर संतापलेला. वळून वळून गुरकावतोय. बाहेर धावू बघतोय. मंजूही त्याला लोटत आत घेऊन येते.]

राणे : मादरचोतला खलास करून टाकीन. एकेकाचा नाय मुडदा पाडला तर अरविंद राणे नाय नावाचा.

मोहन : चला तुम्ही आधी आत. मग बघू कोणाकोणाला खलास करायचं ते.

राणे : तू सोड मला, मोहन. साल्याला दाखवतो.

मंजू : गप बसता आधी? दुनियेला तमाशा नकोआय. आत चला.

राणे : तू चूप बस. तुला काय माहिती नाय. भडव्यांनो, हिंमत असेल तर मला टच करून दाखवा ना!

मोहन : (दारावर आलेल्या माणसांना हाकलवीत) ए चला, पिक्चरचा शो नाय लावलाय. फुटा! (दार बंद करून घेतो.)

आई : त्या बटरला का धरलात, काय केलान त्यानी तुमचा?

राणे : काय केलान? भडव्याची नरडी आवळून टाकली असती जिन्यातच.

आई : किती जोरान् गळा आवळलात! एवढासा पोर तो!

मोहन : चरबी काय कमी नाय त्याच्यात. शिव्या काय घालत होता.

राणे : तू सोड रे मोहन मला.

मोहन : भावोजी, आता आणखी तमाशा नको. (बळेच आत ढकलतो.)

राणे : (आईला) तुमच्या धाकट्याला सांगून ठेवा, त्याचे धंदे त्याने करावेत, मी कधी वार्तेत पडलो नाय त्याच्या. त्याने आमच्या वार्तेत पडू नये.

आई : काय केलान् नरून्?

राणे : तो काय करतोय? त्याचा भाय सांगतो, हा भायचं ऐकतोय आणि पोरा पाठवतो.

मंजू : पोरं कशाला?

राणे : आम्हाला मारायला. मिलच्या शेटने ह्यांना सुपारी दिलीय्.

मंजू : तुम्हाला मारायची?

राणे : त्याशिवाय त्या भडव्याला मशिनी कशा बाहेर काढता येतील? आमचा खडा पहारा असतो ना, त्याच्या नाड्या आवळल्यायत. आधी पोलिसांना सांगून बघितलान. आमचं उपोषण बघून पोलिस हात चोळत बसले. आता परशाभायला सुपारी दिलीय. भांचोद, परवा आम्ही गेटवर बसलो असताना लांबून हे लोक आले दगड, विटा फेकत. रामप्यारे मिश्राला पाठीवर वीट बसली. काल जगन्नाथ हरचेकरला उचलून घेवन् गेले, साले धा-धाजण एकेकाला मारतात. दोन जणांनी पकडला जग्याला नि एकाने पट्ट्याने मारला. मघाशी तो जिन्यात सापडला ना...

मंजू : बटर.

राणे : तो पण होता. नरूचा पंटर ना तो? साल्याला जिन्यातच चेपला असता.

आई : नरू होता?

राणे : शाणा कौवाय् तो. तो कसला समोर येतो?

आई : मी सांगते त्याला बरोबर. थेरा लय वाढत चाल्लीत त्याची.

राणे : तुमचं कसलं आयकतो? भायचं आयकतो तो.

मोहन : भावोजी, जाव दे ना. डोकं शांत करा. उगाच मोठमोठ्यान् भायच्या नावान बोलू नका. बाहेर माणसं आयकतायत.

राणे : (उफाळून) मला भीती घालतोस? तुझा भाई बसला ह्याच्यावर. साल्याची जिनगानी गेली दुसऱ्यांचे संप फोडण्यात. डॉक्टर सामंतचा संप फोडला ह्याने. नाक्यावरच्या मिलमध्ये ह्याने आपली माणसं घुसवली. कामगार बाहेर उपाशी तडफडून मेले. आत ह्याची माणसं मजा मारतायत. भाईगिरी करून पगार

खातायत. पण आमच्याकडे डाळ शिजणार नाय्. आमचे कामगार उलट्या खोपडीचे आहेत. भायच्या कोया काढून त्याच्या हातावर ठेवतील.

मोहन : (हवालदिल) तुम्ही गॅलरीत चला बघू भावोजी, एकतर लावून येता नि कायच्याबाय बडबडता...

राणे : (त्याची कॉलर पकडत) ए लावून येता म्हंजे? कोणाच्या बापाच्या पैशान् पीत नाय मी. माझ्या पैशान् पितो.

मंजू : तुम्ही इकडे या आदी. त्याच्या तोंडाला लागू नका.

राणे : लावून येता म्हंजे? ही काय बोलायची भाषा झाली?

मोहन : चुकलो, बास?

राणे : तोंड सांभाळ. तुमच्या दारात आलो म्हणून वाटेल ते बोलतो?

आई : मोअन! शेवटी उपड्या घड्यावर पाणी. तुझ्यापुडे विलाज हरला. बस हिते.

[मोहनला दामटून बसवते. मंजू राणेला गॅलरीत खेचून नेते. तो तिथल्या स्टुलावर बसतो.]

मंजू : बसा इते गपपणे.

राणे : साला असा इन्सल्ट? झक् मारली आणि आलो.

मंजू : पिवून आलात हे खरं ना?

राणे : जरा पण मनासारखं वागू नको? येतो इथे कधी पिवून? आज थोडे पैसे होते तर...

मंजू : पत्त्यात मिळाले असतील पैसे...

राणे : तू माझा झाडा घेतेयस काय?

मंजू : तेवड्याचसाठी नेता ना माझ्याकडून पैसे मागून?

राणे : गिळायला नेतो. साला, कधी नाय ते घरी आलो बायकोला भेटायला तर उलट तपासणी चालू. तो इन्सल्ट करतोय माझा.

मंजू : तुम्हाला काय वाटतं, तुमचाच अपमान होतो? इथे बसता उटता मला ऐकून घ्यावं लागतं.

राणे : कशाला आयकून घेतेस? देतेस ना पैसे?

मंजू : पण तुम्ही आहात ना बसून सा म्हैने! कुठल्या तोंडान् बोलू मी?

राणे : मजा म्हणून नाय बसलेलो. चक्री उपोषण करतोय. एकशे त्र्याऐंशीवा दिवस आय उपोषणाचा.

मंजू : काय फायदा?

राणे : दोन आठवड्यात तीन खाती चालतात की नाय ते बघ. उद्या बोलणी हायत मॅनेजमेंटशी.

मंजू : तोवर मी बोलणी खाते.

राणे : (एकदम उठून) चल, आता चल. आपल्या घरी जाऊ. एक मिनिट थांबू नको ह्यांच्या दारात.

मंजू : चल कुटे? आणि हाय काय आपल्या घरी? चार फुटकी भांडी तरी हायत?

राणे : मिल चालू झाली की मागच्या नुकसान भरपाईसकट पैसे मिळतील. परत संसार उभा करू.

मंजू : झाली तुमची मिल चालू!

राणे : नाय झाली तर जाळून घेईन गेटसमोर. आत्मदहन.

मंजू : आणि तुमच्यामागे मी जिती जळत न्हाईन.

राणे : मग मी काय करू? इकडे ये ना.

मंजू : घरात माणसं आयत.

राणे : साली काय हालत आहे, मनात असून पण आपल्या बायकोला जवळ घेता येत नाय. थुत तिच्यायला.

मंजू : जेवण झालाय. वाडायला घेऊ? (जायला निघते. राणे तिचा पदर पकडतो. ती थबकते.)

राणे : थांब ना मंजू, अयशप्पत आपल्या घरी जाऊ या, माणसं नसलेल्या घरात.

मंजू : सोडा. जाऊ दे मला.

राणे : केव्हा जाऊ या मंजू. सांग मंजू...

[अंधार]

अंक पहिला

प्रवेश दुसरा

[वेळ दुपारची आहे. मोहनचे ट्रान्झिस्टर लावून कॉमेंट्री ऐकणे चालूच आहे. आई स्वयंपाकघरात काम करते आहे. बाहेर बाबाचा कवी मित्र सतीश येऊन बसलाय. बाबा या क्षणी घरात नसल्यामुळे चुळबुळत वाट बघतोय.]

सतीश : बाबा येईल ना रे एवढ्यात?

मोहन : .....

सतीश : कुठे गेलाय?

मोहन : (ट्रान्झिस्टर दूर सारत) शी! अझर गेला. च्युत्यासारखा खोलून दिला. आता म्हणा येरे येरे पावसा....पाऊस आला तरच साले वाचतील...

सतीश : पाऊस? आता?

मोहन : तिकडे वेस्ट इंडीजमध्ये.

सतीश : स्कोअर काय झाला?

मोहन : सांगण्याच्या लायकीचा नाय.

सतीश : तरीपण...

मोहन : अठ्ठ्याऐंशीला चार...

सतीश : मला वाटतं मोंगिया खेळेल...

मोहन : कोणी खेळणार नाय! पादरे आयत साले एक नंबरचे. आपण हरणार यात वाद नाय.

सतीश : टीव्ही ऑन कर ना.

मोहन : च्यॅक! बिघडलाय.

सतीश : बाबा कुठे गेलाय?

मोहन : काय म्हायत?

सतीश : सांगून नाही गेला?

मोहन : कधी सांगून जातो?

आई : (आतून चहाचा कप घेऊन येत) तू बस रे सतीश, तो जातोआय कुटे? असेल इतेच, येयल आता.

सतीश : काय आई, बराय ना?

आई : मेला पाय कसला तो थारा देत नाय रे. नको जीव होतो.

सतीश : औषधंबिवशधं....

आई : मोप झाली. एकान गुण नाय. मागे नानांनी दिलेल्या मालिशच्या तेलान् गुण आला व्हता. पण आता नानाच नायत म्हटल्यावर आणणार कोण? नि नुस्ता पाय घेवन करशील काय? मन थाऱ्यावर नको? सारखा घोर पडलेला अस्तो जिवाला. रातभर डोळ्याला डोळा लागत नाय एकेकदा.

सतीश : आता सोडून द्या मुलांच्या चिंता. सगळे मोठे झालेत.

आई : नुस्त्या मुलांच्याच चिंता असतात? (पॉज.) ह्या गिरण्या चालू होतील काय रे? तू पेपरात कामाला हायस म्हणून इचारते.

सतीश : मुख्यमंत्री म्हणालेत, एकही मिल बंद पडू देणार नाही.

आई : ते मेले! बोल्ले लाख. करतील तेवा खरा. माजे घरवाले मिलवाले. त्यांच्या टायमाला हितना बारा बारा डबे जायचे, माज्या हातचे, खानावळवाल्यांचे. आता तीन जाताना मारामार!

सतीश : सगळी जागेची लफडी आहेत हो!

आई : अरे पण मान्सां तडफडून मरतात त्याचा काय? लोकांनी काय जलमभर उपोषणाच करायची?

सतीश : कोण करतंय उपोषण?

आई : दुसरे कोण? माजे जावय.

सतीश : अच्छा, अच्छा! पण तुम्ही आम्ही चिंता करून काय होणाराय? मालकानं चालवायची ठरवली तर चालेल मिल.

आई : तेच. चांगल्या माणसाच्या वाट्यालाच येतात भोग बाबा. तू बरायस ना! रातपाळी की दिसपाळी?

सतीश : आम्हा पेपरवाल्यांना रात्रपाळी काय, दिवसपाळी काय दोन्ही सारखेच. ड्यूटी आपली चालूच.

आई : मोहन, जरा बोलत बस सतीशबरोबर बाबा येईस्तोवर...मी आत लागते कामाला.

सतीश : राहू दे, तो कॉमेंट्री ऐकतोय.

आई : काय मोटे दिवे लावणाराय आयकून? तरी बरा चाळीच्या टीममदे पण कोण घेत नाय!

मोहन : ए, उगाच काय तरी बडबडू नकोस. गेम बघितलायस माझा?

आई : कधी खेळलास रे?

मोहन : बाबा येईल त्याला विचार. छबिलदास मधून हॅरिस-गाईल्सला खेळलोय. अंजुमन इस्लाम विरुद्ध एकदा फिफ्टीपण मारलेत.

आई : चाळीच्या टीममदे घेतात काय?

मोहन : त्यांच्यात कोण जातो? साले मॅच घेतात नि वर धा धा रुपये बॉलसाठी काढतात. यांना जिंकून द्यायला स्कोअरपण टाका नि वर बॉलला पैशे पण द्या, सांगतो कोण एवढं?

सतीश : विचार करण्यासारखा मुद्दा आहे.

आई : तो बघ बाबा आला. (आत जाते. बाबा दारातून येतो.)

सतीश : हाय बाबा!

बाबा : साल्या आठवड्याने उपटलास!

सतीश : नव्हतोच इथं. पुण्याला गेलो होतो. मघाशीच उतरलो सरांबरोबर. आलो धावत धावत तुला थँक्स म्हणायला.

बाबा : कशाबद्दल?

सतीश : अरे, 'अनुष्टुभ'मधल्या तुझ्या लेखाबद्दल.

बाबा : आला अंक? कसा झालाय लेख?

सतीश : फस्क्लास!

बाबा : खरं सांगतोस! चहा टाक ग. सतीश आलाय.

सतीश : अरे आता घेतला मी. हा बघ कप.

बाबा : पीरे. साल्या नव्या पिढीचा धगधगता कवी तू, तुला चहा घेतलाच पाहिजे गरमागरम.

सतीश : जसा काय तू कवी नाहीच आहेस!

बाबा : मी आहे रे— पण माझी कविता वेगळी. फिलॉसॉफीच्या अंगाने जाणारी. थंडपणे शरीरात मुरणारी. आम्हाला बीअर लागते. काय? (या ज्योकवर दोघे मनमुराद हसतात. टाळ्या देतात.) तू आण ग एक कप.

आई : (आत) अडलाय माजा खेटर. थोडा उरलाय तो मी घेणाराय. हा रगडा आवरू केव्हा नि मशिनीवर बसू केव्हा?

सतीश : आपल्याला तुझं टायटलच ज्याम आवडलं. 'दगड आणि माती.' लिहायचं मराठी कवितेच्या मर्ढेकरोत्तर वाटचालीवर आणि शीर्षक 'दगड आणि

माती.' सर पण सरकलेच मनातून.

बाबा : (खूश होत) काय म्हणाले?

सतीश : मला हळूच म्हणतात कसे, माझ्याविषयी फार लिहिलं नाहीये नारे धुरीने?

बाबा : सांगायचंस ना, भादरवलीय म्हणून.

सतीश : दगड आणि माती.

बाबा : काय चूक आहे रे? तुकाराम, केशवसुतानंतर डायरेक्ट मर्ढेकरच. त्यांच्या नंतर थोडे पु. शि. थोडे विंदा, थोडे सदोबा, थोडा अरुण कोलटकर असं करत गेलं की नाम्याचा गोलपिठा. मग संपलं सगळं. दगड नि मातीशिवाय मग आहेच काय मराठी कवितेत?

सतीश : आरती प्रभू नाहीत?

बाबा : उल्लू बनवणाऱ्या कविता. गूढगुंजनवादी म्हणे. फोपसा रोमँटिसिझम!

सतीश : दिलीप चित्रे?

बाबा : पुशिंचं एक्स्टेन्शन. आता 'एकूण कविता' मी वाचलेलं नाही. पण त्याने फरक पडत नाही. पुशिंचं एक्स्टेन्शनच!

सतीश : फार बोल्ड स्टेटमेंट आहे हे.

बाबा : करायचं. बिनधास्त करायचं. वादळी लिहायचं. त्याशिवाय आपल्याकडे कुणाचं लक्ष जात नाही. आपण समीक्षक म्हणून प्रस्थापित होत नाही.

सतीश : म्हणजे तू प्रस्थापित व्हायची स्वप्नं बघतोस?

बाबा : सगळेच बघतात. प्रस्थापितात राहूनही वेगळं लिहिता यायला पाहिजे. हे महत्त्वाचं.

सतीश : तुला बंडखोर या संकल्पनेविषयी काय वाटतं?

बाबा : (खूप विचार करून बोलल्यासारखा) बंडखोरी करता यायला पाहिजे. मी समीक्षेत बंडखोरी करणार आहे. आजकाल कवितेत बंडखोरीला जागा उरलेली नाही.

सतीश : असं कसं म्हणतोस? माझ्याविषयी लेखात तू चांगलं लिहिलंयस.

बाबा : पण म्हणजे काही तू बंडखोर होत नाहीस.

सतीश : मेश्राम सर मागच्या आठवड्यात पुण्यात म्हणाले होते की, उगवत्या पिढीतला मी बंडखोर कवी आहे.

बाबा : हल्ली ते कुणालाही बंडखोर म्हणतात. बंडखोर आणि धगधगता यात फरक आहे. अनेकांना तो कळत नाही. तुझ्यात स्पार्क आहे तो जपून ठेव. त्या शिवानंदच्या आणि हजरनीसच्या मागे जाशील तर तूही दळूबाई दळू कविता लिहायला लागशील.

सतीश : अरे हो, तो शिवानंद जाम भडकलाय म्हणे!

बाबा : हू केअर्स?

सतीश : साफ उघडा पाडलास त्याला.

(बाबा खुनशी हसतो.)

सतीश : हे म्हणजे टू मच झालं.

बाबा : टू मच काय? आणखी ठेचून काढणार होतो. पण म्हटलं जाऊ दे, एवढी पाचर मारलीय ती खूप आहे. मी लेख लिहायला घेतला तेव्हाच ठरवलं होतं. अरे, ओरिजिनॅलिटी नावाची काही गोष्ट आहे की नाही? बाबुरावांच्या नि शिवानंदच्या कविता समोरासमोर ठेवल्या नि म्हटलं घ्या, बघा कोण कोणाची कॉपी करतंय.

सतीश : म्हणाला, मी उत्तर देणार आहे याचं.

बाबा : दे म्हणावं, सुरुवात तूच केलीस. दोन महिन्यांपूर्वीची गोष्ट. ग्रंथसंग्रहालयातून बाहेर पडत होतो. पायरीवरच हा भेटला. काही कारण नसताना माझ्या कवितेवर घसरला. म्हणायला लागला, स्टेटमेंट करणाऱ्या कविता या कविताच नव्हेत. आणि त्या करणारे कवी डेड समजावेत. माझी खसकली. अरे, माझी ती शैली आहे. तिची अशी तू सगळ्यांसमोर टिंगल उडवतोस? तिचं विडंबन करतोस? तेही संग्रहालयाच्या समोर? हाऊ डेअर यू! मला दीड दमडीचा समीक्षक म्हणतोस? (आता उठलेला) तुझ्या कविता काय लायकीच्या आहेत? भडव्या, नागवतोच तुला.

[सतीश दचकलेला. आतल्या खोलीतून आई डोकावते. मोहनही आता याचं काय झालं? अशा नजरेने बघू लागतो. सतीश हे सर्व पाहून ओशाळतो.]

सतीश : असं म्हणालास तू त्याला?

[सगळे पुन्हा आपापल्या कामात]

बाबा : मग भितो की काय? आता चामडी सोलल्यावर वठणीवर येईल.

सतीश : तो कुठला येतोय? म्हणाला, तुझ्या मित्राला सांग, मी आव्हान स्वीकारलंय.

बाबा : असं म्हणाला?

सतीश : तयारीही करतोय जोरदार.

बाबा : कसली घंट्याची तयारी करतोय! (घंट्याची शब्दावर सतीश चपापून इकडे तिकडे बघतो.) तुला तो तुझ्या मित्राला सांग असं म्हणालाय ना, आता एक सांगतो, तू त्याची मैत्री तोडून टाक.

आई : (बाहेर येत) कोणाला मैत्री तोडून टाकायला सांगतोआयस?

बाबा : तुम्ही तुमचं काम करा, तुमच्या आकलनापलिकडचा हा विषय आहे.

सतीश : अरे असं काय...काही नाही हो आई, आमचं असंच चाललंय.

आई : चालू दे. पण त्याला म्हणावा जरा हळू आवाजात चालू दे. शेजाऱ्यांना वाटायचा, ह्यांच्या घरात भांडणा चाललीआयत. त्यांना तेवढा निमित पुरते. (मोहनच्या मुठीत पैसे कोंबत) मोहन, बाबूजीकडे जावन् लाल धाग्यांची मोठी रीळ घेवन् ये लवकर, मशिनवर बसायचाय.

मोहन : वॉल्शची बॉलींग मस्त चालतेय.

आई : (करवादून) माझी कामा आटपत आलीत!

मोहन : (वैतागून) जातो बोल्लो ना. ही एवढी ओव्हर खलास होऊ दे.

आई : संध्याकाळी पावसकरीण येयल ब्लाऊज झाला काय म्हणून इचारायला. भंडारीण हाय ती. एकदा तोंड सोडलान की इचारायला नको.

[मोहन बोटाने तिला आत जायची खूण करतो. ती तणतणत जाते. त्याच्या ट्रान्झिस्टरचा आवाज वाढलेला.]

बाबा : (डिस्टर्ब) ओ भाऊ, आवाज कमी करा. आम्ही इथे महत्त्वाच्या विषयावर बोलतोय.

मोहन : मला पण मॅच महत्त्वाची आय.

बाबा : (सतीशला) क्रिकेटसारखा निरर्थक खेळ नाही या जगात. फुकटचा वेळ खाणारा. क्रिमिनल आहे हे.

सतीश : आय डू अॅग्री. पण मोहनला तसं वाटत नाहीय ना. हो नारे मोहन?

मोहन : ऑ? काय?

सतीश : हा म्हणतो, क्रिकेट हा एक वेळ घालवणारा निरर्थक खेळ आहे. तुझं काय म्हणणाय?

मोहन : माझं? काही नाही.

सतीश : असं कसं?

बाबा : जाऊ दे रे, त्याला कधीच काही वाटत नाही. कुठलीच गोष्ट आर्ग्यू करता येत नाही.

सतीश : पण त्याची बाजू तर कळू दे. कमॉन मोहन, तुला काय वाटतं?

मोहन : (शांतपणे उठून बसतो. पण आतून वैतागलेला) वाटतं. मला ठामपणे वाटतं की क्रिकेट हे एक वेळ घालवायचं उत्तम साधन आहे.

बाबा : अपव्यय आहे अपव्यय. काय क्रिएटिव्ह करता तुम्ही क्रिकेटमध्ये?

मोहन : माझं मत सांगितलं. कॉलेजमधून क्रिकेट खेळायचो तेव्हा वाटायचं आपण रणजी खेळू पण नाही जमलं. कार्लसनमधून टाइम्स शील्डच्या ''फ'' गटात

खेळलो. क्रिटिकल कंडिशनमध्ये थर्टी-टू काढले, तेव्हाही वाटून गेलं. पण तिसऱ्या वर्षी मलाच बाहेर बसवला. पण काय हरकत आहे? गेम तर समजला.

बाबा : त्याने काय साधलं?

मोहन : मॅच कंटाळवाणी वाटत नाही. स्कोअर होत असला की रन्स मोजायच्या. स्कोअर होत नसला की आणखीनच मजा. ओपनिंगला मोंगिया बरोबर सिध्दूला न पाठवता त्याला वन डाऊन का पाठवला त्याचा सचिनच्या डोक्याने विचार करायचा. ताबडतोब दोन विकेटस गेल्या तर काय होईल याचा अंदाज घ्यायचा. जाडेजा फॉर्मात आहे. म्हटल्यावर द्रविडला शांत राहायचा सल्ला द्यायचा. आपणच सचिनचं डोकं व्हायचं...एल बी दिल्यावर अंपायरशी आपणच हुज्जत घालायची...या बॅट्समनचा स्टान्स कसा असेल? अझरसाठी वॉल्श डीप मिडविकेट का लावत नाही? रनअप घेताना बेंजामिन कसा दात ओठ खात असेल? मॅच बघण्यात गंमत नाहीच. कल्पनेने डोळ्यासमोर आणायची. ड्रिंक्स, लंच, टी टाईम कसे फटाफट निघून जातात. क्रिकेट हे वेळ घालवायचं झकास साधन आय.

[सगळे बोलून झाल्यासारखे मोहन शांतपणे अंग लोटून देतो आणि छातीवर ट्रान्झिस्टर घेऊन ऐकू लागतो. आई मोहनला गेला का ते बघायला बाहेर येते आणि तो रेललेला बघून संतापते.]

आई : तू अजून इथेच लोळतोआयस, उट आदी नायतर धरून उटवते तुला.

मोहन : हो माहिताय. आणतो.

आई : आणतो आणतो करत अख्खा दिवस घालवशील. तुम्ही लोळा तंगड्या वर करून. कामा मी करते आणि लोकांची बोलणींव मीच खाते.

[आईच्या बोलण्याने बाबा त्रस्त. सतीश अवघडलेला. मोहन सावकाश उठतो. मुठीतले पैसे बघतो. पायात चपला अडकवून निघतो.]

मोहन : धाग्याचा रंग मॅच झाला नाय तर पुन्ना बदलून आणणार नाय रीळ. आताच सांगतो. (जातो.)

आई : (सतीशला) बघितलास, कशी एकेकाफुडे डोकेफोड करावी लागते. लहान काय हे? ह्यांच्या बरोबरच्यांची लग्ना होवन् संसार रांकेला लागले तरी ह्यांचा पोरपण सरत नाय.

बाबा : तुझं झालं?

आई : माझा कधी संपणाराय? तुझा चालू दे. (तणतणतच आत जाते.)

सतीश : कशाला रे वैतागतोस त्यांच्यावर?

बाबा : तू गप्पा मारायला आलायस की असले आगंतुक सल्ले द्यायला आलायस?

सतीश : अरे पण त्यांना समजून घे ना! त्यांनाच सगळं करावं लागतंय घरातलं.

बाबा : मग दुसरं कोण करणार?

सतीश : तू लग्न करून टाक.

बाबा : आपले बोलायचे विषय संपले असतील तर आपण गप्प बसू या.

सतीश : मी सिरियसली विचारतोय.

बाबा : मीही सिरियसलीच बोलतोय.

सतीश : ओ.के.

बाबा : (थोडा निवळतो.) हे बघ, बेसिकली आय ॲम अ क्रिएटर. आणि कुठल्याही सर्जनशील कलावंताने कोणतीही बंधनं स्वतःवर लादून घेऊ नयेत असं मानतो मी. कलावंतानेच कशाला, माणसानेही लादून घेऊ नयेत. एकटं राहावं. नव्हे तो एकटाच आहे. स्वतंत्र.

सतीश : ते कसं काय? मग आपल्याला आई, बाप, भाऊ, बहिणी असतात. त्यांच्या आपल्याकडून काही अपेक्षा असतात. आपल्या त्यांच्याकडून असतात. तेव्हा कुठे आपण स्वतंत्र असतो? ही नाती काही आपण बनवत नाही. जन्मतःच चिकटलेली असतात. आपण सतत एकमेकांत अडकलेले असतो.

बाबा : चूक. स्वतंत्र असतो. आपल्याला असं वाटतं की आपण अडकलोय. या वाटण्या वाटण्यातच आयुष्य निघून जातं. मग वैताग येतो. स्वतःचाच. मला हे इथं राहून कळलंय. या घरात. त्यासाठी पस्तीस वर्षं जावी लागली. आपण बडबडतो. त्यामागे काही विचार असतो. पण कोणाला त्याची काही पडलेली नसते. तुझी माझी हीच शोकांतिका आहे, सतीश. एखाद्याच्या हाताला सहावं बोट येतं ना, त्याचा काही उपयोग नसतो. तसेच आपण.

सतीश : ग्रेट! मला वाटतं तू तुझ्या कादंबरीबद्दल बोलायला लागलायस.

बाबा : एकदम कादंबरीचं काय काढलंस?

सतीश : तूच तर काढलंस. गेली चार वर्षं लिहितोयस...

बाबा : कसला लिहितोय. डोक्यातच आहे. पण अचानक आठवण कशी काढलीस?

सतीश : मी नाही, शैला परळकरांनी काढली होती. प्राध्यापिका शैला परळकर.

बाबा : तुला कुठे भेटली ती?

सतीश : आत्ता दोन दिवसांपूर्वी. 'सत्कार'मध्ये बसलो होतो. त्याही तिथेच आल्या होत्या.

बाबा : काय म्हणत होती?

सतीश : तुझ्याविषयीच. धुरी काय लिहितोय? कादंबरी झाली का पूर्ण? त्याला सांग, 'अनुष्टुभ'मधलं लिखाण वाचते. कुठे भेटेल तो? पत्ता मागत होती तुझा.

बाबा : नाही ना दिलास?

सतीश : दिला.

बाबा : तू पण...च्... (पॉज.) पोरगी बरी आहे रे. पण हट्टी आहे. एक्झिस्टंशिॲलिझमवर अशी तावातावाने भांडायची. मध्यंतरी खूप भेटायचो आम्ही. तिने मला मिलान कुंदेरा वाचायला दिला. बराय, पण भिडला नाही. सार्त्र माझ्या आत जो घुसलाय ना तो काही निघत नाही. सार्त्र के आगे दुनिया झूठ है. तिने जाम ट्राय केला. पण नो. मी म्हणालो, मी काय वाचावं, काय वाचू नये, कसं जगावं, कसं जगू नये हे ठरवण्याचं मला स्वातंत्र्य आहे. कुठलीही गोष्ट नाकारण्याचं मला स्वातंत्र्य आहे. मग ती म्हणाली, तुझं बरोबर आहे. मागच्या साहित्यसंमेलनातली ही चर्चा. शेवटच्या दिवशी खूप शोधली पण भेटलीच नाही. आजतागायत. तुला भेटली तर सांग...

सतीश : काय सांगू?

बाबा : काही नको. बाबा लिहितोय एवढंच बोल.

[मंजू प्रवेशते. बरे कपडे. कंपनीतून आली असावी. हातातल्या पर्समध्ये जेवणाचा डबा. चपला काढून आत जाऊ लागते.]

सतीश : अरे वा! मंजू... आज चांगला योग दिसतोय भेटीचा. बरंबिरं नाही की काय... (ती आत जाते.) काय झालं रे तिचं? थकल्यासारखी दिसतेय.

बाबा : हू नोज? तिचं ती बघेल. कुणाला काय वाटतं हे बघण्याइतका वेळ माझ्याकडे नाही.

आई : (आत) मंजे, आज लवकरशी?

मंजू : बरं नाही वाटत. अर्ध्या दिवसान् आलेय.

आई : ह्या म्हैन्यात तिसऱ्यांदा आलीस अर्ध्या दिवसान्.

मंजू : अग, पण बरं वाटत नाय त्याला मी काय करू? डोकं जाम चढलंय. हा बग डबापण खाल्ला नाय. तस्साच परत आणलाय. आज कंपनीत बायकांच्या मारामाऱ्या चालल्या होत्या शेटबरोबर.

आई : कशाला त्या?

मंजू : दोन म्हैने झाले, आम्ही पैसे वाढवून मागतोय पण शेट देतो देतो म्हणून देत काय नाय नि आज बोलायला लागला, प्रॉडक्शन जादा निकालो.

आई : तू पण गेली होतीस की काय भांडायला?

मंजू : मी कसली जातेय भांडायला? त्यांच्याच कलकलाटान् डोकं उठलं.

आई : नाय, म्हटला नवऱ्यासारखी तू पण फुडारीण होतेस की काय?

मंजू : दुसरं काय नाय बरं म्हटलंस! आता जरा पडू दे मला.

बाबा : (बाहेर) मला वाटतं इथे बसून धडपणे बोलायला मिळणं कठीण आहे.

सतीश : त्या दिवशीचा आपला तो विषय अर्धवट राहिला. आठवतंय, चंदू म्हणत होता आर्ट फॉर ऑन आर्ट सेक हेच खरं आहे.

बाबा : मुळात हा वादाचा विषयच नाही. फडके-खांडेकर मूर्खांसारखे एकमेकांविरुद्ध भांडले. तू ऑरिस्टॉटल वाचलायस का? तो जीवनासाठी कला म्हणतो, पण त्यातून फाईन आर्ट्स वगळतो.

सतीश : फाईन आर्ट्स म्हणजे?

बाबा : संगीत, चित्रकला वगैरे. पण मला तेही पटत नाही. त्याच्यात काँट्रेडिक्शन्स आहेत.

सतीश : ऑरिस्टॉटलमध्ये?

बाबा : मला कान्ट पटतो.

सतीश : तो काय म्हणतो?

बाबा : तो बरंच काय काय म्हणतो— असं थोडक्यात नाही सांगता यायचं. नीट बसावं लागेल.

[आतून आईच्या बडबडण्याचा, भांड्यांचा आवाज. बाबा त्रस्त.]

बाबा : चल आपण बाहेर जाऊ.

सतीश : बाहेर कुठे?

बाबा : आपल्याला सिरियसली चर्चा करायची आहे का?

सतीश : हो, पण बाहेर कुठे बसणार?

बाबा : दुर्गा प्रसाद मध्ये बसू. एकेक बीअर घेऊ.

सतीश : बीअर? (खिशात बघतो.)

बाबा : पैसे नाहीयेत का?

सतीश : नाही, तसे आहेत रे.

बाबा : मग चल ना, आता गर्दीही नसते. तिथे बसून मी तुला कांटची थिअरी समजावून देतो.

सतीश : चल तर मग...

बाबा : कांट काय म्हणतो माहित्येय का? की कला ही...(बडबडतच दोघे बाहेर जातात.)

मंजू : (बाहेर येत) गेले? बरं झालं. इथेच पडते. (चटई बाहेर टाकते आणि आडवी होते.)

आई : (पाठोपाठ येते) आता हिते कशाला आडवी होतेआयस? तो मोअन येयल नि कामेंटरी लावून बसेल. त्यापेक्षा डोका उतरला असेल तर दोन कपड्यांना बटणा लावून दे.

मंजू : कामच करायचं असतं तर कंपनीत केलं असतं.

[मोहन येतो. दारातूनच रीळ आईच्या अंगावर भिरकावतो.]

मोहन : घे. (मंजूकडे लक्ष जाऊन थबकतो.) ही इथं कशी?

आई : हापडेन् आली कंपनीतना.

मोहन : चित्रा तर म्हणाली ही आज आलीच नाय कंपनीत म्हणून.

मंजू : तुला कुटे भेटली चित्रा?

मोहन : नाक्यावर. मी विचारलं, काय आज कंपनीत नाय काय, तर म्हणाली हाप डेने घरी चालले.

आई : ती पण हाप डे?

मोहन : तिच्या घरी तिच्या बहिणीला बघायला येणारायत. हिला काय झालं?

मंजू : मला बरं नाहीयाय.

मोहन : आई ही बंडला मारतेय.

आई : मंजू...

मंजू : चित्रा खोटं सांगतेय. तीच नव्हती आज.

आई : मी वळखते तिला. खोटा बोलणाऱ्यातली नाय ती.

मंजू : मग मी खोटं बोलतेय?

मोहन : गेल्या सोमवारी विठ्ठलने तुला दादरला पाह्यलं, दुपारी. बसमधून उतरताना.

मंजू : माझं डोकं दुखतंय.

मोहन : नाटकं करू नको. गेल्या सोमवारी दादरला कशाला भटकत होतीस?

मंजू : (जळफळत उठते आणि गॅलरीत जाते) तुम्ही का माझ्या मागावर कुत्र्यासारखे?

मोहन : (मागून जात) आधी पहिल्या प्रश्नाचं उत्तर दे.

आई : (लगबगीने गॅलरीत येते. मोहनला—) तू आत जा आधी. तिच्याशी मी बोलते.

मोहन : झाड चांगली. डोकंबिकं सगळं बंडल (आई डोळे वटारते. तो गुपचुप बाहेरच्या खोलीत जातो.)

आई : खरा सांग, कुटे गेली होतीस?

मंजू : कंपनीत. च्.....गेले होते मसणात!

आई : मग हाप डेन का आलीस मसणातून? तू येवजलायस तरी काय कार्टे? की परत एकदा?

मंजू : काय परत एकदा? लग्नाच्या न्हवऱ्याबरोबर भायर गेले म्हणजे काय जग उलटंपालटं नाय झालं. (ओंजळीत चेहरा घेऊन रडू लागते.)

आई : न्हवऱ्याबरोबर? कुटे भेटले राणे तुला? घरी यायचा नाय नि बायकोला भायेर भेटायचा ही काय रीत झाली?

मंजू : घरी येत नाय्त आठ आठ दिवस नि आले तरी वाऱ्यासारखे थरत नायत म्हायती हाय ना? मग मला भेटावंसं वाटलं तर कुटे भेटायचं त्यांना, मिलच्या गेटवर?

आई : हिते बसा बोलत, गॅलरीत. कोण तुमच्यात नाक खुपसायला येतो?

मंजू : परत तेच.

आई : तुला इतका धीर नाय धरवत...

मंजू : आज तेच भायर जाऊ या म्हणाले.

आई : काय एवढा अर्धा दिवस बोलत होतात?

मंजू : नुसतं बोलायचंच असतं? तू आयस नाय माझी, सासुरवास परवडला. लेकीला कधी समजून घेतलंस आपल्या? सदान कदा टोचायला टपलेली.

आई : बाईची जात आपली. पाण्यावर काठी मारली तर पाणी फाटत नाय पण काचेवर काठी मारलीस तर शंभर तुकडे होतील. त्या काचेला जपावा लागते. एकदा झालेत तुकडे तेवढे पुरे.

मंजू : मी जातेच कशी. ह्यांची मिल चालू होऊ दे नाय तर नको होऊ दे, त्यांच्यासकट जाते. बॅग भरते माझी. (माघारी वळलेल्या मंजूला आई कवेत पकडते.)

आई : थांब, कुटे चाललीस?

मंजू : मला जाऊ दे. हाय माझं घर.

आई : नारळे वाडीत? ते गेला असेल दुसऱ्याच्या घशात.

मंजू : विकलेलं नाही. भिकेला लागले तरी विकणार नाय. तेवढा एकच आसराय माझा.

आई : थांब. अशी राख घालू नको. शप्पताय माझी. बस जागेवर.

मंजू : का जाऊ देत नायस मला? धड ऱ्हाऊ पण देत नायस. एकदा कधी काय घडून गेलं ते परत परत ऐकवत ऱ्हाशील. जसं काय घोर पाप करून ठेवलं होतं मी.

आई : बघ आता तूच चाळवतेयस ते पुन्हा.

मंजू : का तुम्ही मला पोट पाडायला लावलंत? ऱ्हायले असते मी मुलाला घेऊन कुठल्यातरी कोपऱ्यात सुखाने जगत. कोणाच्या मागून फरपटले नसते. माझ्या सगळ्या स्वप्नांचा लगदा करून पाडून टाकलात. (कोसळते. रडू लागते.)

आई : लोकांनी तोंडात शेण घातलानी असता.

मंजू : कोण लोक? आपल्यावर उपाशी ऱ्हायची पाळी आली तेव्हा तोंडात घास घालायला आले होते हे लोक? अण्णांच्या शेवटच्या आजारपणात साधी विचारपूस करायला आले होते हे लोक? जे तुमचे कोणी नायत त्यांचा तुम्ही नेहमी विचार केलात, जे आतड्याचे होते त्यांना तोडत ऱ्हायलात....माझी वाट लावलीत... मला अडकवलंस तू, अडकवलंस...

आई : तो तीन पोरांचा बाप काय तुझ्याशी लगीन करणार होता?

मंजू : लग्नाशिवाय ऱ्हायले असते.

आई : वाण्याची ठेवलेली म्हणून?

मंजू : ह्याच्यापेक्षा ते काय वाईट होतं? मान घेवन् जगता येत नाय. जगायला पैसा लागतो.

आई : तूच तेवढी शिकवायची ऱ्हायली होतीस. खराय तुझा बाय. येळ आली तेवा दागिने मोडले, भांडी मोडली. मन तर सारखा मोडीतच होते पण घराची इज्जत कधी नाय मोडली. ह्यांना घराण्याचा केवढा अभिमान! म्हणून तर त्यांनी हाय खाल्ली तुझ्या त्या— च् चुकले, परत नाय काढणार इषय. (तिचे केस सोडते. वेणी घालू लागते.) पण तू जायची भाषा करू नको. तुझी घडी येवस्थित बसू दे, मग जा— तुझ्याशिवाय कोणाय मला वासरा. किती गुंता झाला हा केसात तुझ्या.

मंजू : स्टेप कट केलेत.

आई : तेच. कापून कापून चांगल्या केसांची वाट लावलीस. (तिच्या गळ्याकडे लक्ष जाते.) काय गो, ही खऱ्या सोन्याची माळ की काय?

मंजू : तुला खोटी वाटते?

आई : केलीस कधी नि कुठल्या पैशान्?

मंजू : डाका नाय घातला.

आई : पण आणलीस कुठून?

मंजू : चार दिवस झाले. आज बघतेयस?

आई : बोलली नायस एका शब्दान्. कुठल्या सावकारान् दिलान् सांग तरी.

मंजू : माझ्याच पैशान केलीय.

आई : मागच्या म्हैन्यात रिंगा केल्यास चार ग्रामच्या. आणतेस कुठून बाय माझे

पैशे एवढे?

मंजू : पगाराचे साटवते. हरामाचे नाय आणत. गाठीला एकेक दागिना लावून ठेवते. उद्या तशीच वेळ आली तर हेच कामाला येतील.

आई : आयशीची लेक तू. माझे साडेतीन तोळ्यांचे डाग ह्यांच्या आजारपणात उपेगी पडले. सगळे गेले. ह्या अशा एकेक पाटल्या होत्या...

[पॉज.]

मंजू : नानांचं पत्र आलं?

आई : मधेच नानांची आठवण काढलीसशी?

मंजू : खूप आठवण येते. ते घरात असले की कसं निर्धास्त वाटायचं. लहान होते तेवा रोज सकाळी ग्लुकोज बिस्कीटचा पुडा आणायचे मला. मग बिस्किटांच्या वाटणीवरून भांडणं. अण्णांनी मारलं तेवा इथेच...ह्याच जागेवर थोपटत बसले होते मला.

आई : झाले आता म्हातारे ते पण. दिसत होता तेवा पत्र पाठवायचे नेमान. आता फुला पडली डोळ्यात. दुसरा लिवन् देणार तेव्हा पाठवणार ते पत्र. माझ्याव डोळ्यांचा काय खरा नाय. अंधुक दिसायला लागलाय.

मंजू : तुला जुनं सगळं आठवतं कागं का तेही अंधुक झालं...

आई : (हसते) नाय गो. सगळा आठवते. उलट नजर कमी झाली की आठव मोटी होते.

मंजू : अण्णा सारके सारके का भांडायचे नानांबरोबर? इतकी काय दोघांत दुश्मनी होती?

आई : दुश्मनी? सक्क्या भावापेक्षा जीव होता ह्यांचा नानांवर. पण सोभाव दुर्वासाचा त्याच्यापुढे करशील काय? माझ्यावर पण करवादायचे.

मंजू : शेवटी शेवटी तर इतके रेकायचे सगळ्यांच्या अंगावर....(पॉज) अण्णा गेल्यावर सुटल्यासारखं वाटलं असेल नाय तुला? हलकी झालीस तू, खरं बोल.

आई : (नकारार्थी मान हलवत राहते)...ओरडायचे...हाका मारायचे...कूस बदल...तोंड पूस...गोळ्या दे...मूताचा भांडा दे...लेंगा बदल...सगळ्याची सवय झाली होती. करत न्हायले की पोरांच्या इवंचनेचे इचार डोक्यात यायचे नायत. त्यांच्यापेक्षा तुम्ही पोरांनी हैराण केलात मला. त्यांचा करण्यात तेवढाच जीव गुतायचा. ते गेले आणि....हलकी कसली जड झाले (डोळ्यातलं पाणी टिपते.) पांडुरंगा, ईश्वरा...

मंजू : (विषय बदलत) मी घेऊन जाईन तुला बच्चू भाईच्या हॉस्पिटलात. तिथे

मोतीबिंदूचं चांगलं ऑपरेशन करतात.

आई : नरू नेणाराय.

मंजू : वाट बघ. त्याची भायगिरी संपेल तेवा येईल न्ह्यायला. तुझे तीनतीन लेक
हायत पण एक कामाचा नाय. त्यापेक्षा त्यांची लग्रं करून सुना आण घरात.
त्या तरी हातभार लावतील. सुने डॉक्टरकडे चल, म्हणालीस की नेईल हाताला
धरून.

आई : कुठच्या तोंडान दुसऱ्याच्या लेकी मागायला जाऊ, ते तरी सांग माझे
मावली. ह्यांच्याच्यान सोताचा तरी भागलाय? आधीच उल्लास त्यात फाल्गुन
मास नको. आणि हे काय कोणाचा हात पकडून आणतीलशे वाटत नाय.

मंजू : धाकट्याचं कर.

आई : त्याच्याफुडे काय बोलायची सोय हाय?

मंजू : बोलूच नकोस. तोच आपली सोय करतो की नाय ते बघ.

आई : तेवढा सांगू नकोस. मी चांगला वळखते. दुसऱ्याच्या चार मुस्कटात मारील
फाडफाड, पण पोरीचा इषय आला की अवाक्षरान् बोलायचा नाय. पोरगी
म्हटली की ह्याच्या मस्तकाची शीर लागली उडायला. (बाहेर शीळ वाजते.
कानोसा घेत) घे नाव काढलास नि अलाच. आता घेयल घर डोक्यावर.

[शीळ घालत नरू आलेला. सफेद शर्ट, सफेद पँट. मुठीभोवती रुमाल
लपेटलेला. नजर बेदरकार.]

नरू : (मोहनला) ए, आई कुठेआय? (मोहन गॅलरीकडे बोटाने निर्देश करतो. नरू
गॅलरीत येतो.) ए, हिते काय करतेयस? कामधंदे संपले काय घरातले?

आई : मी माझ्या लेकीशी बोलतेय. तुझा काय जाते?

नरू : चल, काय खायला अशेल तर दे.

आई : आज नाय पाठवलीस ती कोंबडी.

मोहन : पपीचा धंदा आज बंद असेल. एकादशी आय ना.

आई : काल इचारीन म्हणता म्हणता सटकलास, त्या बैदेवाल्या उस्मानच्या मागे
का लागलायस एवडा? काय गडबड झाली होती त्या दिवशी नाक्यावर?

नरू : दत्तूने उस्मानच्या कानपाटात मारली म्हणून पोलिस घेवन् गेले दत्तूला.

आई : आणि तू हिकडे उस्मानला मारलास.

नरू : मं सोडतो काय, कम्प्लेण करतो भोसडीचा.

आई : अरे पण म्हणून काय गरिबाच्या पाटी लागाल? मागच्या दंगलीत त्याचा
खोका जाळलात धंद्याचा. तेवा पळून गेलेला तो आता आला बायका पोरांना
घेवन्, तर परत...

नरू : तू गप बस. गांडीत बारामण चरबी हाय त्यांच्या. उस्मान आणि त्याचा बाप काय कमी उंगल्या करत नाय.

आई : तुझ्या काय उरावर बसतात ते! मरेनात का तिकडे. तू पोलिसांची लपडी मागे लावून घेव नको.

नरू : काय झाला तर भाय हाय बगून घ्यायला. ए माजे बाय, काय तरी खायला दे. कडकी लागलीय, नायतर भायेरच खाल्ला असता.

आई : कुठल्या येळेला येतोस? जेवणां होव्‌न भांडी घासून झाली. रातपाळीवाल्यांचे डबे पण गेले मगाच.

नरू : आयला ह्या घरात कधी यावा तर काय मिळणार नाय. नेमी आपली नायरीच. मं पैसे तरी दे, हितनाच कल्टी खातो.

आई : आता मला ग्हान टाक नि पैशे ने.

नरू : का? मी देतो ते अशेच उडवता?

आई : असे कितीशे देतोस रे?

नरू : टायमा टायमाला देतो. गेल्या गुरवारला दोनशे रुपये देव्‌न गेलो.

आई : मोठी झागीरच दिलीस ना? महागाईन्‌ नको जीव करून टाकलानआय. त्यात तुझ्या कोंबड्या शिजवा, त्याला इस इस रुपयाचा मसाला आणा. आणि देतोस म्हंजे काय? त्याच्या दुपटीन्‌ मागून न्हेतोस. हपापाचा माल गपापा.

नरू : देतो म्हणून मागतो. हे आयतखाव भेंचोद तेवढे तरी देतात काय?

[मोहन ट्रान्झिस्टर सुरू करतो. कॉमेंटरी ऐकण्यात गुंग झाल्याचे दाखवतो.]

आई : लय बोललास. हिकडे ये. मंजून्‌ डबा तसाच आणलानाय परत. तो खावन्‌ टाक.

[आतल्या खोलीत जाते.]

नरू : तिचा मला काय देव नको. खरकटलेल्यांची खरकटी आपून खानार नाय.

मंजू : (गॅलरीतून तरातरा बाहेर येते.) ए, तोंड सांबाळून बोल. तुझी असली भाषा भायर रस्त्यावर आयकव दुसऱ्यांना.

नरू : चल ए, फुट. माझ्यामदे यायचा काम नाय.

आई : (आतून) नरू हिकडे ये.

मंजू : येईल येईल तुझा लाडका नरू तिकडेच येईल. माझं कुंकू पुसेल नि तिकडेच येईल.

नरू : मला येड नाय लागलाय तुझा कुंकू फुसायला.

मंजू : माणसं तुमचीच जातात ना मिलवाल्यांना मारायला.

नरू : पण तुझ्या न्हवऱ्याला टच करत नायत. मी हाय म्हणून, माझ्या शब्दाखातर

ते त्याला सुका सोडतात. पण ते त्याला कळत नाय. माझा मेशेज द्यायचा, आज केलात ठीक हाय, ह्याच्यापुढे आपल्या मानसांना टच नाय करायचा. नायतर पयला गेम तुझ्या न्हवऱ्याचा व्हयल. बटरसारक्या झाटभर पोरावर हात उचलायला सोप्पाय. काळ्या नि वांग्या घोडा घेवन् हातात समोर उबे ऱ्हायले तर चड्डी पिवळी व्हयल.

मंजू : तू धमकी देतोस मला. कोण समजतोस तू स्वताला? मनात आणलंस तर मुड्द्यांची रास पाडशील? स्वताच्या भयणीपेक्षा भाय मोठा वाटतो तुला...स्वताच्या घराची वाट लाव नि भायचं घर भर. त्याची भरभराट कर, त्याच्या बायकोकडून राखी बांदून घे.

नरू : हिच्यामुळे हिते यावासा वाटत नाय. साली कोंबडीसारखी टोचा मारत बसते. कोंबडी असती तर कापून खाल्ली असती.

आई : हिकडे ये बोल्ले ना.

[मंजू फणकारत पुन्हा गॅलरीत जाते.]

नरू : (आत जातो.) तुझ्या जावयाला माज. बोल्लो लिडरगिरी सोड, भाय धा हजारात शेटलमेंट करत होता, मफतलालमदे घुसवत होता, तिकडे नाय जायचा तर ज्युपिटरमदे जा, कुटची मिल पायजे ते बोल आणि हे सगळा ते माजे भावोजी म्हनून. पण ह्यांना चरबी लय. फुडारी बनायचा रेहमान किडा. चालवीन तर माझीच मिल, नायतर सगळ्यांबरोबर उपाशी ऱ्हाईन ही ह्यांची भाषा. भाय बोल्ला, आपून चान्स दिला. आता त्यांचा तकदीर. तरीपण पोरा आपल्याकडे बगून गप ऱ्हातात. त्यांच्यावरच हे हात टाकायला लागले तर ह्यांची हड्डी नाय गावायची.

आई : हे घे आदी. (त्याच्यापुढे ताटली सरकवते)

नरू : हे काय ऽ...

आई : ओरडू नको. हळू. तिचा डबा देत नाय. नार्वेकरणीकडून कर्लीचा कालवण मागून आणला मुद्दाम तुझ्यासाठी. खा पटकन. मोअनला दिलेला नाय, तो बगेल तर जीव खायल. खा. (नरू पटपट खाऊ लागतो. तो खाण्यात मग्न. आई त्याच्याकडे बघत राहते.) काय रे केस हे, तेलाचा बोट तरी लाव. तडतडलेत नुस्ते.

नरू : च्. डोक्यात हात घालू नको जेवताना, केस पडतात.

आई : गळतात की काय?

नरू : पाणी दे.

[आई पाणी देते. घटघट पितो. ताटलीतच हात धुऊन आईच्या पदराला तोंड

पुसतो. जाऊ लागतो. आई हात धरते. नरू वैतागून बघतो.]

आई : तुझ्या पाया पडते, नरू. देवासारखा नको निदान माणसासारका वाग. राण्यांच्या मागे लागू नको. ते नाय का आयकेनात, तर्कटी हायत समजायचा नि सोडून द्यायचा. आपल्या पोरीकडे आपण बघायचा. महामुष्कीलीन् तिचा संसार मार्गी लावून दिलाआय, आता हिते हाय थोडे दिवस तोवर तरी किल्लेस देव नको तिला. ती बोलली तर लक्ष देव नको.

नरू : सोड आता मला.

आई : हेच ते, पाच मिल्टा बोलणा आयकून घेत नायस. पायाला नुस्ती भिंगरी लागलेली, भिर भिर. जरा डोका थंड ठेव. पेपरात कसल्या कसल्या बातम्या येतात छापून. गँगवार नि काय काय, आज ह्याला गोळ्या घातलानी उद्या त्याला खलास केलानी. पोलिस पण कसले राक्षस मेले. खलास करून टाकतात. हा मोअन सावर्डेकरणीकडचा नवाकाळ आणून बसतो मोट्या मोट्यान वाचत नि हिकडे माझा काळीज लापलाप करते.

नरू : माझे आयशी, मला कोणी गोळ्या घालत नाय. पोलिसात आजून माझा दाखला तयार झालेला नाय. त्यांच्या रेकॉडवर माझा फोटो नायाय. आता सोड. (हात झटकून बाहेर येतो.)

आई : (त्याच्या मागोमाग बाहेर येत) मग फोटो लागेपर्यंत धंदे करत ऱ्हा. मारामारीचे, लुटालुटीचे धंदे, चांगले धंदे करू नको.

नरू : (वैतागून) कोण बोलतो? मी धंदा टाकणाराय.

आई : कसला?

नरू : कोंबडी बैद्याचा.

आई : तुमच्या घराण्यात केला होता कोणी कोंबड्याचा धंदा?

नरू : तुमी मायला भिकारचोट!

आई : ए, सरळ बोल! नायतर थोबाड बंद ठेव!

नरू : आपून थोडीच करायचा धंदा? पोरा ठेवायची. आपून संध्याकाळी गल्ला मोजायचा.

आई : म्हंजे परत त्या उस्मानच्या पोटावर पाय.

नरू : उस्मान! त्याला भेंच्योदला हाकलूनच लावनाराय हितून. पायजे कशाला?

मोहन : तो पन्नास हजार देत नसेल.

नरू : ए, काय बोल्लास? तुझ्या आयला (त्याच्या ढुंगणावर लाथ देत) परत बोलशील तर तोडून ठेवीन...

आई : त्याला काय मारतोस? सावर्डेकरमामी पण तेच सांगत होती.

नरू : त्या टाकीला थोबाड बंद ठेवायला सांग, साली सगळीकडे बोंबलत सुटेल. तुम्ही लोक एक दिवस पोचवाल मला अशान्. चल, आपल्याला टायम नाय. पैशे दे.

आई : आता कसले पैसे? खाल्लास ना?

नरू : पन्नासच दे. खाल्लाय म्हणून कमी मागतो.

आई : नायत माझ्याकडे.

नरू : तांदळाच्या डब्यातना काढू?

आई : हात लावू नकोस डब्याला. संध्याकाळी चाळीतली पोरा परत येतील शिवजयंतीची वर्गणी मागायला, त्यांच्या तोंडावर फेकायला पायजेत.

नरू : नको देवस, पोरांना माझा नाव सांग.

आई : पोरा ऐकतील!

नरू : का नाय? गल्लीतल्या दुकानवाल्यांकडना मी एकट्यान सतरा हजार जमा करून दिलेत मंडळाला.

आई : म्हणून पोरा गप् बसतील? त्या आडिवरेकरांकडे कोण कमावता नाय तरी पोरांनी सोडलानी नाय त्यांना. नको जीव करून टाकलानी. शेवटी एकावनची पावती फाडलानी तेवा जीव थंड झाला. हिते पण चारदा येऊन गेले. ही शिवजयंतीची वर्गणी म्हणायची का औरंगझेबाचा जिझिया कर?

नरू : नको देव बोललो ना. ह्यावर्षी अण्णांच्या नावाची ट्रॉपी लावायला एक्स्ट्रा एक हजार एक दिलेआयत.

आई : ह्यांच्या नावाची ट्रॉपी? आणलेस कुठून एक हजार...

नरू : भायकडून. भाय बोलला नरूच्या बापाच्या नावाचा बक्षिस लावा. मीबी बोललो, लावा. मायला! अण्णांनी जल्मात आपल्याला फटक्याशिवाय काय दिला नाय, पण भेंचोद, आपून इज्जत ठेवतो. आपल्याला जल्माला घातला हे काय कमीआय? लावा पुंडलिक गजानन धुरींच्या स्मरणार्थ नरेश पुंडलिक धुरी कडून ट्रॉपी. लक्ष्मी कॉटेज आणि आसपासच्या एरियातून एशेशीला जास्ती मार्क मिळवणाऱ्याला...आता तरी दे.

आई : पुंडलिक धुऱ्याच्या पुता, फुडल्या गुरवारी तिथी हाय तुझ्या बापसाची हाय म्हायती?

नरू : करा ना आपल्या बापाचा काय जाते?

आई : बापूस वरून खाली येणारआय. सकाळी भटाला बोलवून पिंड घालायला लागतील. हारफुला बघावी लागतील. दोन भाज्या करायला पायजे. खीर करायला पायजे. दोन उपासकरी ठेवायला पायजेत. दीड दोनशे लागतील.

नरू : दोनशे काय पाचशे देतो चार दिवसांनी. सातवशेच्या खोलीचा डीलिंग होतेय. मला पाच हजार सुटणारायत. परवा हजार देतोय तो.

आई : आता या खोल्यांच्या लपड्यात पडू नकोस.

नरू : शेप बिझनेस हाय. ह्याची खोली त्याला विकायची. मदली दलाली आपून घ्यायची. ह्यात लफडा कायाय?

आई : (बसल्या जागेवरूनच कुठून तरी पन्नासची नोट काढून भिरकावते. नरू झेलतो.) हे घे. शिलाईचे आलेले पैसे देतेआय.

मोहन : आता कुठून आणलेस?

नरू : भोसडीच्या बस खाली. फुकट मिळतेय ते गिळ नायतर... (तोच बटर दडदडत येतो. काहीसा घाबरलेला. धापा टाकतो.)

बटर : नरू...लवकर चल...उस्मान काय तरी राडा करणार. मान्सा घेऊन आलाय. त्यानला जळलेला खोका दाखवतोआय. तुला आवाज देतायत ते.

नरू : त्याच्या आयची ऽ ही हिंमत त्याची?

आई : (बसल्या जागी उभी राहिलेली) नरू, तू जाव नुको. ते मरतायत तर मरू दे तिकडे.

नरू : भेंचोदला एकदा मारी भिस्कीट दिला ते पुरा नाय पडला, ही चरबी गांडीत? कोन हायत मान्सा?

बटर : डोंगरीची पोरा हायत. फुल टू तयारीत हायत.

नरू : तू गज्याला नि वांग्याला घेवन ये, मी फुडे होतो. (बटर पळतो.)

आई : नरू तू हुंबऱ्या भायर पाऊल टाकायचा नायस, माझी शप्पताय.

नरू : कामाच्या टायमाला आडवी येव नको, बाजूला हो.

आई : नरू तुझ्या पाया पडते, ह्या लपड्यात पडू नुको. ते लोक वायट हायत. काय करतील नेम नाय.

मंजू : (बाहेर आलेली) आई तो चाललाय.

आई : नरू.

नरू : चल वट. भडव्यांना मस्ती आलीआय. एकदाच काय तो अबीर गुलाल करून टाकतो.

आई : मोअन, धर त्याला. नरू ऽ...

नरू : तू हट्!

[तिला ढकलूनच तो बाहेर पळतो. आई नरू, नरू ओरडत जाते. पाठोपाठ मोहन, मंजू धावतात. बाहेरच्या दिशेने बघत सतीश आणि बाबा आत प्रवेश करतात.]

सतीश : काय झालं रे? नरू का गेला असा धावत? हे सगळे कुठे गेले?

बाबा : त्यांना मरू दे, तू माझ्या प्रश्नाचं उत्तर दे.

सतीश : मला तुझा मुद्दाच पटलेला नाही. कविता ओठांच्या आत असते तेव्हाच ती जिवंत असते? आणि कागदावर उतरतं ते तिचं कलेवर?

बाबा : हे क्रोचेचं मत आहे. क्रोचे माहीत आहे का कोण होता? क्रोचे, सौंदर्यसमीक्षक क्रोचे.

सतीश : क्रोचे असू दे नाहीतर क्रोचेचा बाप असू दे, मी हे मानणारच नाही.

बाबा : मानावंच लागेल. तू कवी आहेस म्हणून तुला हे झोंबतंय. पण शांत डोक्याने विचार कर.

सतीश : शांत डोक्यानेच विचारतोय, एवढे लोक लिहितात ती काय शब्दांची कलेवरं असतात?

बाबा : मुडदे!

सतीश : आणि सरकार बक्षिसं देतं ते शब्दांच्या मुडद्यांना? गेल्या वर्षी दिपुच्या एकूण कविताला साहित्य अकादमी मिळालं...किंवा युगप्रवर्तक साहित्य म्हणून ज्याचा गौरव होतो ते निश्चेष्ट झालेलं असतं?

बाबा : प्रश्नच नाही.

सतीश : ज्ञानेश्वरीबद्दल सांग. तुझं हे स्टेटमेंट ज्ञानेश्वरीलाही लागू आहे?

बाबा : स्टेटमेंट म्हणजे स्टेटमेंट. ज्ञानेश्वरी जेवढी बाहेर आली त्याच्या कितीतरी पटीने जास्त ती ज्ञानेश्वरांच्या पोटात असली पाहिजे.

सतीश : मला नाही पटत.

बाबा : तू पटवून घेतच नाहीएस.

[आई, मोहन, मंजू एकेक करून आत येतात.]

सतीश : आता मला सांग, कागदावर जर कवितेचं कलेवर उतरत असेल तर ती कागदावरची कविता वाचून थरारून जाणाऱ्या, प्रभावित होणाऱ्या रसिक मनाला तुम्ही काय म्हणणार? की त्यालाही मुर्दाड म्हणणार? कविता वाचून समुदायाला हलवणाऱ्या नारायण सुर्व्यांना तुम्ही डिस्कार्ड करून टाकणार?

बाबा : काय चूक आहे त्यात?

सतीश : चूक नाही? मग पाब्लो नेरुदाने चिलीत क्रांती केली ती काय त्याच्या मेलेल्या काव्यावर? नि मौखिक परंपरेतून आलेलं संतकाव्य टिकलं ते कुठल्या गुणवत्तेवर? हा बघ, माझ्याकडे वसंत बापटांचा 'मानसी' आहे. (झोळीतून काव्यसंग्रह काढून नाचवतो.) ह्यातल्या काही काही कविता वाचताना मी गहिवरतो ते काय उगीच?

बाबा : काय? काय म्हणालास? वसंत बापटांचा 'मानसी' तुझ्या झोळीत? मी काय ऐकतोय सतीश नारिंग्रेकर? इतका तू बुर्झ्वा झालास?

सतीश : काही कविता निश्चितच वरच्या दर्जाच्या आहेत यातल्या.

बाबा : (कपाळावर हात मारून घेत) नशीब माझं, तांबे आणि रेंदाळकर नाहीत तुझ्या झोळीत ते. मी काय समजत होतो तुला? ओ शट्! तुला जर बापट-पाडगांवकर आवडत असतील तर मला वाटतं आपलं जमणं कठीण आहे.

सतीश : तू अशी लेबलं का लावतोस पटकन?

बाबा : लेबलं नाही, सेन्सिबिलिटीचा प्रश्न आहे. आता मला तुझ्या कवितांविषयीच डाऊट यायला लागलाय.

सतीश : आता तू माझ्या कवितेवर घसरलास!

बाबा : पुरता घसरलेलो नाही अजून, परत एकदा नीट चिकित्सा करावी लागणार त्यांची. तू बापट वाचतोस? हॉरिबल! उद्या शांता शेळके आवडतात म्हणून सांगशील.

सतीश : आवडतातच...

बाबा : इनफ! तू उठ— जा, त्या शिवानंदशीच मैत्री कर.

सतीश : हे बघ, असं तोडून बोलू नकोस.

बाबा : नाही, तू जाच. तुझी बंडखोरी शेवटी त्याच वाटेने जाणार रे! बापट आवडतात म्हणे!

सतीश : बाबा, आपल्या संपूर्ण डिस्कशनमध्ये तुझ्या आर्टिकलबद्दल मी एक शब्द वाईट बोललेलो नाही.

बाबा : तू काय बोलणार वाईट? स्वतःला काय नेमाडे समजतोस? बीयरचे पैसे दिलेस म्हणजे काय तुला सिद्धी प्राप्त होत नाही कशावरही बोलायची. पुन्हा दोन दोन एल पीच घेतल्यात आपण.

सतीश : तू बीयरचा मुद्दा मध्ये आणू नकोस. चर्चेला तू नेहमीच असा टर्न देतोस.

बाबा : तू जारे. बापट-पाडगावकर आवडणाऱ्या माणसात माझ्या आर्टिकलची चिरफाड करायची कुवतच असू शकत नाही.

सतीश : तुला फ्रस्ट्रेशन आलंय, स्वतःच्या हातून मोठं काही लिहून होत नाही याचं.

बाबा : व्हॉट डू यू मीन बाय फ्रस्ट्रेशन? फ्रस्ट्रेशन मधला 'फ' तरी माहिती आहे?

[दोघे निकरावर आलेले. बाहेर गोंधळ. नरू तीरासारखा घरात घुसतो. आई, मंजू ओरडतात. मोहन हबकलेला. बाबा-सतीशचं डिस्कशन थांबतं. ते नरूकडे भयचकित होऊन पाहू लागतात. नरू येतो तोच पोटमाळ्यावर चढतो आणि लपवलेले हत्यार काढतो. दारात गर्दी जमलेली.]

आई : (ओरडत, किंचाळत) नरूऽ... नरू कुटे चाल्लास? ठेव, ठेव ते.
नरू : भेंचोद काय ते फायनल होवन् जाव दे...

   [आला तसाच धाड धाड पळत जातो — सगळे पुन्हा त्याच्या मागून — खोलीत
   सतीश-बाबा उरतात. संभ्रमित.]

                    [अंधार]

अंक दुसरा

प्रवेश पहिला

[आज अण्णांची पुण्यतिथी आहे. भिंतीवर मध्यभागी अण्णांच्या फोटोला हार घातलेला. खाली जमिनीवर पाट मांडून त्यावर पिंड, फुले वगैरे. एक लहान समई पेटलेली आहे. आई आज ठेवणीतले, सणासमारंभाला वापरायचे लुगडे नेसली आहे. घरात नेहमीचा पसारा नाही, बाकी सारे तेच आहे. आईची लगबग चालू आहे. समईची वात मंदावली की तत्परतेने येऊन तेल घालणे, पाटावरची पसरलेली फुले पुन्हा पिंडावर ठेवणे या गोष्टी ती बारकाईने करते आहे. मध्येच चिंतातूर होऊन गॅलरीत ओणावून मुलांची वाट बघतेय. मोहन वगळता कुणीही तिथीला घरी नाही. पण मोहन निरुत्साही. त्याच्या पुढ्यात 'नवाकाळ' पसरलेला आहे. तो कोडे सोडवण्यात मन रमवतोय. सावर्डेकर मामी नेहमीच्या उत्साहात फेऱ्या मारतायत. नवी साडीचोळी, नाकात नथ.]

आई : बघ, अडीच वाजून गेले तरी हाय काय बयेचा पत्ता?

मामी : (एका हाताने नथ सावरीत येत—) मोहन गायीला वाडी दाखवलीस रे?

मोहन : च्यक्!

मामी : कोडा काय सोडवीत बसलास? जा लवकर, नाक्यावर असतात गायी, नायतर उठून जातील. (आत आईपाशी जात—) मंजूची बाकी कमाल झाली. आज कंपनीत जायचा काय नडला होता?

आई : तुमीच सांगा. मी बोल्ले की वायट. म्हणाली, बारा वाजता हजर होते. आता वाजले किती? सगळा मी केला. भाज्यांपासून खिरीपर्यंत.

मामी : वाटप मी काढून दिला माझ्या मिक्सरवर.

आई : तुमी उपासकरी, तुमाला तरी किती सांगणार ओ. ह्या बयेला कळायला नको?

मामी : भाज्या बाकी मस्त झाल्या दोनीव. नि काळ्या वाटाण्याची उसळ काय? हाटेलवाल्यांच्या तोंडात मारील. वाटपाचा अंदाज चुकायचा नाय माझा.

आई : मोअननी निस्ती तोंडाला लावलान, तेपण तुमी सांगितलात म्हणून. काळ्या वाटाण्याची उसळ भुरकून खाणारा नरू, ह्यांच्यासारखी सवय...

मामी : (आवाज एकदम खाली, खाजगी बोलावं तसं—) नरूचा काय कळला काय?

आई : त्या दिवशी राडा केलानी पोरांनी, त्यानंतर ठावठिकाणा हाय त्याचा? परवा बटर येवन दोनशे रुपये देवन गेला, पोलिस नरूला शोधतायत बोल्ला... घरी तेवडे आजून आले नायत पोलिस, माझ्या पांडुरंगान तेवढीतरी लाज शिल्लक ठेवलान माझी.

मामी : (आवाज तसाच. डोळे मात्र मोठे मोठे—) हे येवढा हत्यार... बायबाय! काळजाचा पाणी झाला बघून. पोरा म्हणतात, नरून् अशी फिरवलान तलवार, उस्मान थोडक्यात चुकला, पँट फाटली त्याची. वायच जरी लागती तरी वरचा तिकिट फाटकन मिळाला असता. गंजकी होती ना तलवार... त्या दुसऱ्या एकाची हंडी फोडलान नरून्... मटक्यावर दगड आपटतात तसा डोक्यात दगड घातलान बोलतात... नंतर अशी पशार झाली पोरा... वायरलेसचा आवाज आयकल्याबरोबर सामसूम. पोलिसांच्या बापाला एक गावला तर शप्पत. त्यांच्या बारशाच्या घुगऱ्या खावन बसलीत ती.

आई : शिवजयंतीला पण कुटे दिसला नाय. मला वाटायचा आता येयल, आता येयल...

मामी : (आवाज आणखी खाजगी—) मी वेगळाच आयकलाय. पोरा बोलतात नरू वाँटिड झालाय. येरया सोडून गेलाय. येवढ्यात गावला पोलिसांना तर ठेवायचे नायत.

आई : अरे देवा...

मामी : घाबरू नका. भाय आतमध्ये हाय ना, तिथून त्यानी टीप दिली बोलतात, तडिपार हो थोडे दिवस, बोलू नका कुटे— कल्याणच्या कोळशेवाडीत कुटेतरी हाय नरू...

आई : पांडुरंगा, बापसाच्या तिथीला नाय आला तरी चालेल. पण ही पोलिसांची बिलामत लाव नको रे माझ्या पोराच्या मागे...

मामी : शिवजयंतीला आण्णांच्या नावान केवढा मोठा बक्षिस दिलान.

आई : बक्षिस देताना ह्यांचा नाव घेतलानी नि टचकन् पाणी आला डोळ्यात.

मामी : त्या घोसाळकराच्या पोरान ब्यायंशी टक्के काढून मिळवलाना बक्षिस.

आई : हे म्हणायचे, लक्षुमे माझी पोरंपण हुशार होणार, बघत ऱ्हा बघत ऱ्हा, मी बघत ऱ्हायले. (आवाज कातर होतो.)

मामी : (पातेल्यावरचं झाकण उचलून बघत) उसळ बरीच ऱ्हायली तरी.

आई : राकेशला हवी असेल तर जावा घेवन.

मामी : तेच म्हणणार होते. (जीभ चावत—) बघा कशी चक्रम बाई मी. मेन निरोपच विसरले. राकेशनी तुमाला उद्या साडे धा वाजता तयार ऱ्हायला सांगितलानाय.

आई : हळू... त्याच्या कानावर पडायला नको.

मामी : (आवाज एकदम हळू करून—) राकेश बोल्ला दोन सह्या ऱ्हायल्यात तुमच्या, म्हणून सोमवारी काम झाला नाय. उद्या त्या झाल्या की...

आई : शू:! हळू.

मामी : दोन दिवसांत काम होयल...

आई : तुमचा पोर देवासारखा आला धावन्. त्यानी येवढी म्हेनत घेतलान नसती तर मी काय गेले नसते बाय भांडायला.

मामी : आतली वळख हाय ना. राकेशच्या मित्राचा बापच एलायशीत सायब हाय... तो बोल्ला की फाटकन्—

आई : हळू ऽऽ... आता हाय घरी?

मामी : पाठवू?

आई : नको. हे अहीमही बसलेले असतात भायेर, त्यांच्यासमोर बोलायची सोय नाय. एकाचा दोन करतील.

मामी : मं तुमी चला आमच्याकडे... तिकडेच बोला काय ते.

आई : नको. मोअन पाटी पाटी येयल. उद्या रस्त्यातच बोलीन. गुणाचा पोर हाय तुमचा.

मामी : मोहनचा काय बिनसलाय? हालत नाय जागचा. मगास वाडी घेवन जा बोल्ले, एन नाय दोन नाय.

आई : सकाळपास्नाच बिघडलेलाय. चाळीतल्या पोरांबरोबर मॅच खेळायला निघाला होता. पोरांना लागल्यायत सुट्या तर रोज मॅची घेतात. हा नाचायला लागला. म्हणाले, बस गपचिप. घरात कार्य नि मॅच खेळायची सुचते कशी तुला? बापसाची तिथी वर्षातून एकदाच येते. बसला तोंड कारल्यासारखा करून.

मामी : कधी नाय ते आज चाळीतल्या पोरांनी बोलवलानी तर आज हे...

आई : माझा काय चुकला काय, तुमीच सांगा...

मामी : तुमचा कशान चुकला... जाते मी. दोन मिल्टात येते म्हणून त्यांना सांगून आलेआय... (जाता जाता मोहनपाशी थबकून—) येतोस काय रे, हे हायत घरात, क्याटानी खेळतायत. राकेशपण हाय. पाच-तीन-दोन खेळा, चल... (मोहन मानेनेच नाही म्हणतो. मामी एक कटाक्ष त्याच्याकडे टाकून जाते.)

आई : (बाहेर येत—) आज चांगल्या दिवशी तरी म्होऱ्यावर हासू ठेव. सासू खपल्यासारखा तोंड करून बसलाआय सकाळधरना.

मोहन : ए, जा ना तू. आपलं काम कर. तुझा म्होरा हाय ना हसतमुख. तिथी संपली. जेवणं झाली. आता ते नवीन लुगडं नेसून उगाच मिरवू नको.

आई : मिरवतेय तुझ्या लग्नात! तेवढा बरां डोळ्यावर आला? माझ्या कमाईचा लुगडाय नि माझ्या घोवाचा कार्याय. एका शब्दान विचारायचा काम नाय तुमचा. आजून अर्धे जेवायचेच हायत. जेवणा झाली म्हणे... तुला गाईला वाडी दाखवून ये सांगितला तर हिते बैलासारखा पसरून बसलास. सूर्यास्ताशिवाय संपत नाय तिथी. तुझ्या भावांचा हाय पत्ता? माझा नवीन लुगडा डोळ्यावर आला बरां... तू घाल नवे कपडे. अशी दळभद्र्यासारखी ऱ्हायची हौस तुला...

मोहन : मला कपडे हायत चांगले? घालू कुठून? गेल्या अख्ख्या वर्षात नवं शर्ट घेतलेलं नायाय, दोन पँटी हायत... पायाकडे उसवलेल्या. हे...हे शर्ट बघ, कॉलर गेलीआय त्याची. हाय कोणाचं लक्ष? तू एवढे कपडे शिवून देतेस लोकांचे... तुला नाय कधी वाटलं.

आई : नरुचे शर्ट हायत एवढे पडलेले नवे, ते घाल.

मोहन : मला दुसऱ्यांचे नकोत.

आई : येळेला बरे घालतोस.

मोहन : आणि शिव्या खातो. आता कोणाच्या शिव्या खायच्या नायत मला.

आई : एवढी घमेंड असेल तर कमव पैशे नि शिव.

मोहन : सगळ्या गोष्टी शेवटी कमावण्यापाशी येतात.

आई : नायतर कुठे जातील?

[बटर दडदड आवाज करीत धावत येतो.]

बटर : झाला सगळा?

आई : काय?

बटर : ते काय ते तिथीबिथी...

आई : उपासकरी गेले जेवन... तू येतोयस कुठून?

बटर : जेवण रेडी हाय?

आई : बसतोआयस जेवायला? वाढू?

बटर : नको. पाच मिन्टाच्या वर टायम नाय. (खोलीच्या खिडक्या बंद करतो. पटकन गॅलरीत जातो. शिट्टी मारतो. परत येतो.)

आई : कोणाला टांयम नाय? माझा नरू कुठेआय तो सांग पैला. वांटेड झाला काय रे? कल्याणला गेला?

बटर : ओ ऽ हळू!

आई : हाय कोण त्याच्याबरोबर? बरा तरी हाय? कधी येयल? अरे बोल तरी दुस्मना...

[धाडकन दरवाजा उघडून नरू येतो. आणि तसाच धाडकन दरवाजा बंद करतो. आईच्या तोंडून बारीक चित्कार. मोहन आ वासून बघत राहतो. नरू तोंडावर बोट ठेवून सर्वांना शांत राहायला सांगतो. तरीही आई धावत पुढे येतेय. त्याच्या केसा-तोंडावरून, खांद्यावरून हात फिरवत त्याला न्याहाळते—]

आई : नरू ऽ माझ्या बाबा, बरायस ना रे... चेहरा बघ कसा झाला. बस, बस वायच पाणी आणते पटकन...

[नरूच्या चेहऱ्यावर कोरडेपणा. खुर्ची पुढे ओढून बसतो आणि कोरडेपणाने घरभर नजर फिरवतो. आई लगबगीने आत जाऊन पाणी आणते, नरू घटघट पितो, तो पाणी पिताना आई त्याच्याकडे एकटक बघत राहते.]

आई : हवा आणखी...

नरू : (हाताने नको म्हणतो.) माळ्यावर एक सोळा इंची पातं हाय आणि एक गुप्ती, ती लगेच भायेर जाऊ देत. बटर बरोबर वेवस्था लावील... भेंचोद हिते मिळाली तर टाडा लावतील मला...

आई : असा काय बोलू नको चांगल्या दिवशी, आता नायशी करते.

नरू : मी गेल्यावर कर.

आई : पोलिस झडती घेतील घराची?

नरू : नाय घेणार. घेतील पण. काय भरोसा नाय.

आई : पांडुरंगा रे...

नरू : साला लक अशेल तर बरोब्बर भायर पडंन.

बटर : पाटील सायब पायजेल व्हते.

नरू : पाटील सायब असता तर नाक्यावर पोलिस लावलेच नस्ते. शर्मासायब भिकारचोट आय. मागचाफुडचा बघत नाय. फाटक्या गोप्याची किडनी गेली... म्हायताय ना.

बटर : पाटीलसायब आत्ताच गेलेत म्हैन्याच्या रजेवर.

नरू : तेच. मोका गावला पायजेल सटकायला. बटर बघत ऱ्हा, मी हा हा म्हन्ता

वंटास न्हतो. रातपाळीचे हवालदार च्युतये हायत. येडझवे, काल मी त्यांच्यासमोर गाडीवर कुल्फी खाल्ली, ह्यांना खबरच नाय... (बटर खिदळून हसतो.)

आई : ईषाची परीक्षा नको रे झिला...

नरू : पूजा झाली?

आई : झाली. दोनशे पाठवलास म्हणून निभावला... घे पाया पडून बापाशीचे आशीर्वाद घे. सांग वाडवडलांची पुण्याई पाठीशी उबी रावदे नि माझी ह्या संकटातना सुटका होव दे...

नरू : (पिंडावर फुले टाकून पाया पडतो. खिसे चाचपू लागतो—) बटर, भोसडीच्या पैशे दे सुटे.

बटर : पैशे कशाला? ही सत्यनारायणाची पूजाय काय?

नरू : ज्योक करू नको. पैशे दे.

बटर : ही घे पाचची नोटाय. (नरू पैसे घेऊन पिंडावर ओवाळून टाकतो. नमस्कार करून उठतो.)

नरू : टाकलेले बरे. आधीच दिवस वायट. त्यातून बापाचा आत्मा खाली येवन घुटमळत असला तर त्याची नजर लागायला नको.

आई : बघ कसा तो! हाड हाय जिभेला? चल, वाढायला घेते—

नरू : वाढू नको. एक पुरी दे खाली—

आई : काळ्या वाटाण्याची उसळाय.

नरू : नाक्यावर माझे चार बाप बसले हायत, दुसऱ्यापाळीचे ड्युटीवर येईस्तवर कणी कापायला पायजे, उसळ खायला टायम हाय कोन्ला?

आई : पुरी तर पुरी. घे. थोडी खीर देते.

[पटकन आत जाते. बटर खिशातून एक कॅप काढून नरूला देतो. नरू घालतो.]

नरू : कशी वाटते?

बटर : जरा पण डाऊट येत नाय.

[आईनं आणलेली पुरी आणि खीर नरू खाऊ लागतो.]

आई : कसा का अशेना, आलास तिथीला हेच खूप झाला. ती टोपी काढ आधी. बरी दिसते?

नरू : (बटरकडे बघत) सांग हिला.

बटर : ओ न्हाव देत. कोणाला शक आला नाय पायजेल म्हणून घातलीआय टोपी.

आई : आता काय काय करशील... सोताच्या पायावर धोंडा मारून घ्यायची पैल्यादरना सवय तुझी... तरी सांगत होते. त्या उस्मानच्या पाठी लागू नको...

नरू : (वैतागून—) झाली तुझी टेप सुरू?

आई : तो मेला असता तर?

नरू : तीनशे दोन लागला अस्ता. त्याला ढगात पाठवायलाच हत्यार काढला होता.

बटर : तरी पन हापमर्डर लागलीच. दोघे नायरमध्ये ॲडमिट हायत. घॅसवर.

आई : दाखला नाय लागला पोलिस स्टेशनात म्हणत होतासना. आता घे, लागला दाखला. झाला समाधान? आता वणवणशील जलमभर.

नरू : हे तुमी ह्या लायनीत पडायच्या आधी बोलायचा होता.

आई : तेवा काय म्हायती, तू इतकी मजल गाटशील ते. नि ह्यांच्या सारक्या हास्पिटलाच्या वाऱ्या चालू. ह्यांच्याकडे बघू की तुझ्याकडे बघू? केवा नजर चुकवलीस कळला नाय...

नरू : मग आता कळून काय फायदाय? रात गयीसो बात गयी. ये लाईनही ऐशी हय. मारो नाय तो मरो, भागो भेंचोद दुस्मन के पिछे और पोलिस के आगे... साली ही वेळ निघाली पायजेल कशीतरी. आणखीन साताठ दिवसांनी थंड होयल. तोपर्यंत भायचा मेशेज येयल आतून. ह्या येरयातून एकदा भायेर पडलो की झाट गावत नाय.

बटर : गावलास तरी मी येयन ना डबा पोचवायला. (कौतुकाने—) नरूची आई तुमाला म्हायती आय आपल्याला वरची जागा गावली. डेली दोनशे रुपये कमावतो.

आई : रोजचे दोनशे? जाबरबिबर झालास की काय मिलमदे?

बटर : जाबर? (खिदळतो—) आता मिल जाव दे काशीत. भायचा डबा पोचवतो आर्थर रोडला. त्यात नरूचे शंभर गावतील. म्हंजे डेली तीनशे...

नरू : ज्योक करू नको भोसडीच्या. माझ्या मौतीवर चैन करतोस?

बटर : तसा नाय नरू भाय. आयला, तू आत गेलास तर मी भायेर लटकन...

नरू : (मनस्क) ही पण बोलली... वणवणशील जलमभर. साल्या पिच्चरमधल्या आयशी बऱ्या. पोरासाठी उपास करतात. ही शापतेय...

आई : नाय रे माझ्या बाबा.

नरू : गप... (स्वतःत खोल जात—) ही वेळ निघाली पायजेल... रातच्याला दीड खंबा रिचवला. पण झालीच नाय. मिन्टामिन्टाला वाटत ऱ्हायचा आता रेड पडेल. मादरचोत नथूमल वाण्याने फांदा मारलाय. हाप मर्डरचा काय नाय, सातवशेच्या खोलीचा लफडा भारी पडनार... त्या नथूमलच्या मायला...

आई : (भयभीत) त्या वाण्याचा काय आता परत?

नरू : बऱ्याच दिवसात हात नाय पडलाय त्याच्यावर.

आई : वाण्याची भानगड नको नरू... मागची खुन्नस ठेवून आधीच वायटावर बसलेलाआय तो...

नरू : त्याने एनशी करायला लावली सातवशेला... मी चिटिंग करतो म्हणून... त्याला मादरचोतला खोली घशात घालायचीआय...

आई : घालू दे.

नरू : तू गप बस. तेवढाच नायाआय. शिवजयंतीचे पैशे जबरदस्तीने दुकानवाल्यांकडून घेतले म्हणून कंप्लेण केलानाय.

आई : तू आधी डोका शांत ठेव.

नरू : त्याचा डोका फोडल्याशिवाय शांत नाय बसत आता. (एकदम उठत, टोपी ठिक करत बटरला—) चल— हिते बसलो तर ही भेजा खायल.

आई : चाल्लास?

नरू : पाच गोष्टी. कोणी आला तरी माझ्याविषयी एका शब्दान बोलायचा नाय. माझी चौकशी करायची नाय. मी आठवड्यान पैशे पाठवीन. बटर आला की डब्यातना बांगड्याचा कालवण आणि रविवारी सुका मटण पाठवायचा. माळ्यावरची हत्यारं बटरच्या ताब्यात द्यायची. चल.

[भराभर सूचना देऊन झाल्यावर जायला निघतो.]

आई : नीट ऱ्हाशील ना रे? थांब शर्ट पँटीचे दोन जोड देते, टावेल भरते बॅगेत.

नरू : (उसळून) ट्रीपला निघालोआय मी? हटवू नको माझी. तोंडाला कुलूप लाव.

[बटर गॅलरीत शिट्टी मारतो. दोघेही झटकन निघतात.]

आई : नीट जारे. (ते गेलेत—) बघितलास, दुर्वासाच्या वरताण हाय. त्यालाच रोज कपड्याचा धुतलेला जोड लागतो म्हणून बोलले... म्हणतात ना ज्याचा करावा बरा तो म्हन्तो माझाच खरां... (देवापाशी जाते. उद घेते आणि दाराच्या दिशेने फुंकते.) इट्ठला, रक्षण कर माझ्या पोराचा. मोअन, जारे जरा, येवस्थित गेलाआय काय बघ.

मोहन : (न उठता—) गेला, पोचला व्यवस्थित.

आई : तुला हिते बसून सगळा म्हायत. मॅच असती तर गेला असतास टणाटण उड्या मारीत. किती काळवंडला माझा पोर चार दिवसात, झोप नशेल घेतलान. खाणा तरी काय धड हाय? तिकडे कोळशेवाडीत कोण घालील, निजेल कुटे?

मोहन : ए बाई गप, तो सांगून गेलाय माझ्याविषयी एक शब्दान् बोलू नको नि तुझा ठणाणा चालू.

आई : कळवळतो रे जीव माझा.

मोहन : त्याच्याचसाठी बरा कळवळतो.

आई : तू सारका त्याचा दुस्वास कर. उगाच नायस शिव्या खात त्याच्या. तुमच्या तिघात त्याच्याच अंगात धडाडी. मेल्याचा नशीब फुटका म्हणून शाळा सोडलान् नायतर कुठच्याकुठे गेला अस्ता. आता शिक्षण नाय तरी कसा का होयना आपला शेर आणतो. तुमी हातपाय हलवू नका. नोकरीचा ऱ्हाव दे. साधा लायटीचा बील भरून ये सांगितला तरी कष्ट पडतात. धा दिवस झाले तसाच पडूनाय.

मोहन : उद्या जातो.

आई : तुझ्या आयुष्यात उद्या कधीच उजाडायचा नाय. त्या भिरंवडेकर सावतानी फोर्टात कोणाला भेटायला सांगितलानी, तिथे गेलास?

मोहन : च्याक्, काय दम नाय तिथे.

आई : हे पण हिते बसून ठरवतोस!

मोहन : सावंतांचा डायरेक्ट ज्यॅक असता तर गोष्ट वेगळी. तो दुसऱ्याकडे पाठवणार. दुसरा तिसऱ्याला भेटायला सांगणार. त्याचं चौथ्यंच एक... एवढ्या बारा बयादी करायला सांगितल्यायत कोणी?

आई : आपल्याला गरजाआय तर करायला नको?

मोहन : म्हणून दहा ठिकाणी तोंड वेंगाडायचं?

आई : वेंगाडावा.

मोहन : आणि कुत्र्यासारखं हाडतुड करून घ्यावं. सहा वर्ष नकार घेऊन फिरतोय. मला काय त्रास होतो तुम्हाला नाय कळणार. तुम्हाला पैसेच दिसतात. माणूस कमावता नसला म्हणजे जगायला नालायक. मला वीट आलाय सगळ्याचा.

आई : मग काय करतोस?

मोहन : जातो. जीव देतो. नायसा होतो.

आई : दे दे. संध्याकाळी हे पिंड नि फुला समुद्रात सोडायला जाशील ना तेवा सोताला पण लोटून दे.

मोहन : (एकदम बांध फुटतो) तुला तेच पायजेआय. बोललीस ना, खलास! जातो, जीवच देतो. ह्या घराने अर्धा खाल्लाय मला. राह्यलाय काय? हाय ते पण संपवतो. (तिरमिरीत गॅलरीत जातो नि स्टुलावर बसून गुडघ्यात मान घालून हमसून रडू लागतो.)

आई : रड. बापूस मेला तेवा नाय रडलास आता श्राद्धाला रड.

[दरम्यान कधीतरी बाबा आलाय. घरात आपण उपरे असल्यासारखा आई-मोहनच्या तणातणीकडे अलिप्तपणे बघत सोफ्यावर रिलॅक्स होऊन रेललाय. सिगारेट शिलगावलीय.]

आई : आता येतोआयस्? घरात काय आज म्हायताय ना?

बाबा : कायाय?

आई : (पाटावर मांडलेल्या पूजेकडे निर्देश करत) काय दिसतेआय समोर?

बाबा : काय दिसतेय?

आई : आज तारीख कायाय? तिथी कुठची?

बाबा : कुठची तिथी?

आई : (हतबुद्धपणे) चल पाया पडून घे वाडायला घेते. हातपाय धुवून पाटावर बस.

बाबा : मला जेवण नकोय.

आई : नको म्हणजे? तुला आठव नसली तरी तुझ्या आयशीने तुझ्या बापसाचा श्राद्ध घातलान, पहाटेपासून खपून जेवण रांधलान, ही एवढी टोपभर खीर खायची कोणी?

बाबा : खीर? खा तूच. मी जस्ट चिकन खाऊन आलोय. अवधूत म्हात्रे गोमांतकमध्ये घेऊन गेला. त्याच्या आधी एकेक बीयर मारली.

आई : शुद्धीवर हायस ना?

बाबा : बीयर चढत नसते.

आई : तू येवजलायस काय?

बाबा : कादंबरी लिहायची. मला आता तुम्ही निवांतपणा द्या. आतापर्यंत केलात तेवढा कलकलाट पुरे. मी कादंबरी लिहिणार. हाय क्लास कादंबरी लिहिणार.

आई : बराय. तू कादंबरी लिवायची येवजलीयस त्याने जीव द्यायचा येवजलानाय.

बाबा : तुला भंकस वाटतेय ही?

आई : मला काय्येक वाटत नाय.

बाबा : त्या दिवशी सतीश नारिंग्रेकर भांडून गेला माझ्याशी, त्याला तू काय सांगितलंस?

आई : मी? नाय बा!

बाबा : बाबा आमचा घरात बेकार बसून असतो. त्याला तुमच्या पेपरमध्ये काम असेल तर बघ, असं नाही बोललीस?

आई : ते व्हय, बोलली. त्याच्या हायत एवढ्या ओळखी...

बाबा : तुम्ही लाज आणता मला. तो कालचा पोर मला कामाला लावणार? त्याचा संपादक त्याच्यापेक्षा मला जास्त ओळखतो.

आई : मग कधीतरी भेटलास त्याला?

बाबा : कशासाठी? मला नोकरीच करायची नाहीये हे यापूर्वी अनेकदा मी क्लीअर

केलंय. पूर्वी केली होती ना एक नोकरी?

आई : चार म्हैन्यांत सोडलीस.

बाबा : वेळेवर या, मस्टरवर सही करा, तीन लेट मार्कस झाले तर एक सी.एल. कट. असल्या फालतू गोष्टी सांभाळत बसायला माझ्याकडे वेळ नाही. नि वर म्हणे बॉसला साहेब म्हणा. अरे हाड्! साले इंग्रज या देशातून गेले पण साहेब म्हणायची गुलामी काही गेली नाही.

आई : तेवढ्यासाठी सोडलीस नोकरी.

बाबा : मी माझं स्वातंत्र्य असं मासिक पगाराच्या मोबदल्यात विकायला नाही काढलेलं. कृपा करून हे लक्षात घ्या आणि कुठल्यातरी छटाक माणसाकडे माझी इज्जत घालवू नका. तो सतीश इथे कशाला येतो माहिताय? मी त्याच्याविषयी चार बरे शब्द लिहावे म्हणून. थुंकी गिळल्यासारखा बोलतो. पण त्या दिवशी जाताना ऐकवून गेला मला. हा चवली-पावलीचा बंडखोर कवी मला म्हणाला, तुझ्या हातून काही मोठं लिहून होत नाही याचं फ्रस्ट्रेशन आलंय तुला. आता दाखवतोच मोठं लिखाण काय ते. नाही साहित्य अकादमी घेऊन गेलो तर नावाचा बाबा धुरी नाही. कमसेकम राज्यपुरस्कार, अगदीच नाही तरी भैरूरतन दमाणी प्राईज कुठे गेलं नाही. बक्षीस हा दुय्यम मुद्दा आहे. मला त्याच्या पलीकडे जाऊन लिहायचंय. पण या साल्यांना बक्षिसाचीच भाषा कळते. मी चॅलेंज घेतो. ग्रेट कादंबऱ्या चॅलेंज घेऊनच सिद्ध झाल्यायत. 'रणांगण', 'कोसला'. मला सार्त्रच्या 'ला नोझे'सारखी कादंबरी लिहायचीय. स्वतःला सोलून, छिनून, काढणारी. ला नोझेचा नायक आंत्वान रोकँतेला झाडाकडे बघत असताना जाणवतं, अस्तित्वात असलेली प्रत्येक वस्तू कारणाशिवाय जन्माला येते, दुबळेपणापोटी जगत राहते आणि योगायोगाने मरून जाते. रोकँतेसारखा मलाही नॉशिया आलाय सगळ्याचा. मलाही माझ्या अस्तित्वाचं समर्थन शोधायचंय. आय मस्ट राईट. आय विल राईट अँड शो यू बास्टर्ड.... (स्वतःशीच बडबडत फकाफका धूर काढत राहतो. पण त्याच्या अखेरच्या उच्चरवाने उच्चारलेल्या वाक्याने घरात शिरू पाहणारी सावर्डेकर मामी झपकन मागे वळते. मग किंचित्काळाने अदमास घेत दबकत, बाबाकडे विचित्र नजरेने बघत आत येते. ती सैपाकघरात शिरते. आता नथ काढलेली पण साडी तीच.)

मामी : बाबाचा काय झाला ओ? जेवला ना नीट?

आई : एवढा सुख मला देतील तर ते पुंडलिक धुऱ्याचे पूत कसले?

मामी : म्हणजे?

आई : आज सोन्यासारक्या दिवशी माती खायची बुद्धी झाली त्याला. चिकन खावन नि बीयर पिवन आला माझा बाबा.

मामी : अरे माझ्या कर्मा! तेवाच!

आई : कोणाला काय बोलायची सोय हाय? तो मोअन जीव घायला निघालाय.

मामी : म्हणता काय? परत आणखी काय बोललात? सरळ पोरगा हाय तो. बोलल्यासारखा करील...

आई : व्हय करतोआय, सरळ पोरगा...

मामी : मी काढते राग त्याचा. आधी राकेशान ते लेटर मागितलानाय ते लवकर घा. त्याला वाचायचाय.

[आई एका डब्यातून लेटर काढून देते. मामी घडी करून ब्लाऊजमध्ये टाकते.]

मामी : नरू येवन गेला बोलतात, खरा काय ओ?

आई : नरू? छा! तुमीच सांगितलात ना वांटेड झालाय म्हणून...

मामी : नाऽय भायेर कोणीतरी बघितलान. शेम नरूसारखा.

आई : छा! कायतरीच तुमचा. नरू असा गपचिप येणाऱ्यातला हाय? अख्खी चाळ गोळा करील. बोलणारे कायव बोलतात. राकेशला उद्या सांगितलान तशी तयार न्हाते म्हणून सांगा.

[तिला बळेच बाहेर काढते. मामी जाताजाता एकदम आठवून थबकते. गॅलरीत येते. मोहन गुडघ्यात मान घालून स्टुलावर बसलेला. मामी पुढे होते.]

मामी : मोहन, ए मोहन बोल ना रे. गप नको बसू असा. (मोहन काही बोलत नाही. ती पुढे होते. मोहनच्या खांद्यावर हात ठेवते. मोहन थोडासा डिस्टर्ब) चल उठ. असा आण्णांच्या तिथीला तोंड वायट करून बसू नकोस. त्यांना काय वाटेल. चल माझ्याकडे.

मोहन : (तिचा हात झिडकारत) मी नाय.

मामी : (अधिकच जवळ येऊन त्याच्या डोक्यावरून हात फिरवते) असा रे काय? डोक्यात राख घालून काय होणाराय काय? सगळ्यांना दाखवून दे तुझी ताकद. सगळे बोलले पायजेत... मोहनसारखा पोरगा नाय पायला. उठ. मी पाणीपुरी करतेआय. घरी चल.

[मोहन तिचा हात पकडतो. मान उचलून थेट डोळ्यांत बघतो. मामीला किंचित अंदाज आला असावा. ती कसनुसे हसते. मोहन तिच्या कमरेला विळखा घालतो आणि जवळ ओढतो. बिलगू बघतो. मामी भांबावलेली. स्वतःला सोडवू पाहते. मोहन पेटलेला. त्याच्या डोळ्यांत वेगळीच चमक. मामी निकराचा प्रयत्न करते.]

मामी : (दबक्या आवाजात) मोहन हे काय करतोआयस? सोड, भायेर बाबा बसलाय. सोड... खालून लोक बघतात. सोड.

मोहन : नाय सोडणार. हे पोट खावून टाकीन तुझं.

मामी : असा काय रे, सोड! राकेशचे बाबा हायत घरात...मी ओरडीन हां... (तरीही मोहन हटत नाही तेव्हा मोठ्याने) नरूची आई, ओ नरूची आई...

[मोहनची मिठी सैल होते तशी त्याला धाडकन ढकलते. मोहन कलंडतो. साडी नीट करत स्वतःला सावरत मामी बाहेर येते. तोवर आईही स्वयंपाक घरातून बाहेरच्या खोलीत आलेली.]

आई : काय ओ, झाला काय?

मामी : नाय म्हटला खीर बरीच उरत असेल तर द्या माझ्याकडे, फ्रिजमध्ये ठेवते माझ्या. म्हंजे उद्या पण खाल.

आई : एवढाच ना, काय घाबरले मी. उरली तर देते रात्री ठेवायला.

[मामी पटपट निघून जाते. आई परत आत. मोहन अजून सावरलेला नाही. तो थर्थरत बाहेर येतो. तोवर मामी गेलेली. बाबा सिगरेट फुंकत आढ्याकडे डोळे लावून तल्लीनपणे बडबडतोय.]

बाबा : अस्तित्वात असलेली प्रत्येक वस्तू कारणाशिवाय जन्माला येते, दुबळेपणापोटी जगत राहते आणि योगायोगाने मरून जाते.

[मोहन थकून तसाच खाली बसतो. आई खिरीची वाटी घेऊन बाहेर येते.]

आई : मोअन, एवढी खीर खाशील रे, वाटीभर? संपवून टाक. मामीला एकदा टोप दिला की परत येताना निम्मा होऊन येयल. बाबा, तुला रे?

बाबा : (हळूहळू वास्तवात येत) ती बाई का येते परत परत?

आई : कोण, मामी? आज उपासकरी होते सावर्डेकर न्हवरा बायको.

बाबा : हल्ली चकरा वाढल्यायत तिच्या.

आई : दुसरे धंदे कायायत तिला? दिवसातना ईस खेपा होतात इकडे.

बाबा : तो राकेश कशाला आला होता त्या दिवशी. काय बोलणं चाललं होतं?

आई : तू पूजा केलीस काय? आल्यापास्ना हातपाय पसरून बसलाआयस. मोअन आता हे सगळा समुद्रात सोडून येयल...चार फुला टाकून घे. तेवडीच त्यांच्या आत्म्याला शांती.

[मामीच्या उल्लेखासरशी मोहन आत जाऊन माठातून तांब्याभर पाणी घटाघटा पिऊन चेहऱ्यावर पाण्याचा हात फिरवून परत बाहेर येऊन शांतपणे खीर खात बसलाय.]

मोहन : मी नाय जाणाराय समुद्रावर, सांगून ठेवतो. तुमचं तुम्ही बघा.

आई : मी जायन. बास? तुमचा काय संबंध ह्या कार्याशी? मी केलाय ना, मी निस्तरीन. ह्या बाबाला बापसाच्या पिंडाजवळ जावन् हात जोडीनशे पण वाटत नाय.

बाबा : ह्या कणकेच्या गोळ्याला हात जोडायचे, आण्णा समजून? नॉन्सेन्स!

आई : नको जोडूस. पण वाट्टेल ते बोलून त्यांचा आत्मा दुकवू नकोस.

बाबा : ही आणखी बकवास! कुठे असतो हा आत्मा? कणकेच्या गोळ्यात की, तो गोळा बनवायच्या पिठात की पीठ दळायच्या आधी तांदळात?

आई : थट्टा पुरे बाबा!

बाबा : ज्यांच्या समोर हात जोडावेसे वाटतात तिथे जोडावेत, फुकटचा शो करू नये या मताचा मी आहे.

आई : उद्या मी मेल्यावर माझ्यापण पाया पडणार नायस. व्हयना?

बाबा : सांगता येत नाही. कदाचित पडेनही. पण आण्णांनी काय केलंय आमच्यासाठी?

आई : वारे पुता! तुला वाढवला, शिकवला....

बाबा : त्यात काय वेगळं केलं? एकदा जन्माला घातल्यावर ते करणं भागच आहे. आणि वाढवला म्हणजे काय? तुम्ही नसतं वाढवलं तरी मी वाढलोच असतो.

आई : सगळ्यांपेक्षा ह्यांची तुझ्यावर जास्ती माया. भारीभारीचे कपडे शिवायचे. भायेर चालले की सोता तुला पावडर लावून भांग पाडायचे.

बाबा : हाड!

आई : भजनांना घेवन जायचे तुला, जत्रेत न्यायचे मोथमाऊलीच्या...

बाबा : नसतं नेलं तरी काही बिघडलं नसतं. स्वतःच्या आवडीनिवडी आमच्यावर लादून आमच्या वाढू पाहणाऱ्या झाडावरचे बांडगूळ होऊन बसले अण्णा.

आई : मग तुझी काय इच्छा होती?

बाबा : निदान अंथरुणात आपल्याच मलमूत्रात लोळत पडू नयेत एवढी इच्छा होती. लवकर जाते तर तेही सुटले असते नि आम्हालाही रिलीफ मिळाला असता. पण जाता जाताही चिक्कटपणा सोडला नाही. साडेतीन वर्षं.

आई : बास लय बोललास. ह्यांचा सगळा आजारपण मी एकटीने काढलाय. साधी कुशी परतायची झाली तरी तुमच्यातला एक जण हात द्यायला पुढे नाय झाला. लोळत पडून राह्यले म्हणतो. तुला कसला तरास झाला रे ह्यांच्या लोळण्याचा?

बाबा : त्यांच्या नुसत्या असण्याचाही त्रास होता. रडायचे काय, ओरडायचे काय! रात्री-अपरात्री एखाद्याने त्यांचा आवाज ऐकला तर गारठूनच जायचा. शेवटी

शेवटी तर भावनांवरचा कंट्रोलच गेला होता त्यांचा. रेडिओवरच्या श्रुतिकेत कोण मेला की हे लागले भडाभडा रडायला. कोणी फालतू पीजे मारला की लागले खुळखुळ्यासारखे हसायला. अनबेअरेबल होतं ते. वाटायचं, हे कायम असंच चालू राहणार, अनंत काळ.

आई : (उसळून) आता मेल्यानंतर परत मार एकदा त्यांना. जितेपणी नाय पांग फेडलेस बापसाचे, आता मेल्यावर फेड. तुझ्यासारा उलट्या काळजाचा पोर निपजणारसा म्हायती असता तर तिथेच गाडून टाकला अस्ता. आज नाना हवे होते. दोन मुस्कटात लावल्यानी असत्या.

बाबा : कोण नाना?

आई : बापसाला इसरलास तिथे नानांची याद कशाला ठेवशील? भरल्या ताटात मुतणाऱ्यांची जात तुमची. ह्यांच्या दोन आजारपणात घरात हवा नको ते नाना बघत होते. कधीव वरकड पैशे मागितले की ना नसायची. म्हणून तुमची शिक्षणा झाली... नायतर ह्यांच्या सगळा कापून एकेकदा शंभर-सव्वाशे हातात येणाऱ्या पगारात तुमचे बोचे तरी धुपले असते?

बाबा : माहिताय नानांचे उपकार. त्यांना काही विसरलोबिसरलो नाहीयाय. महा बकवास माणूस. इतका चांगुलपणा इतका चांगुलपणा की साला कधीकधी डाऊट यायचा. ते तसे होते म्हणून आण्णा असे झाले. चिक्कट. नाना देतोय ना पैसे... ह्यांच्या हातातून कधी सुटले नाहीत. जाताजाताही हा चिक्कटपणा सोडला नाही त्यांनी. साडेतीन वर्षं. पुण्याचे गोपाळराव मंडलिक माहिती आहेत? पंच्याऐंशी वर्षांचा धडधाकट माणूस. पण स्वेच्छेने मरणाला सामोरा गेला.

आई : तुला काय म्हणायचाय?

बाबा : आण्णांनीही मरून जायला हवं होतं. पण नाही. ही अक्कल आम्हाला येणारच नाही. तसेच राहिले गुवामुतात लोळत. जिवंतपणी मरणयातना भोगत. अख्ख्या घराचा संडास झालेला. साली मिनिटभर बसायची सोय नाही. काळ्यापाण्यासारखी गेली साडेतीन वर्षं.

आई : (संतापाचा कडेलोट होऊन—) खबरदार! ह्याच्यापुढे एक अवाक्षर काढलास तरी मुडदा पाडीन. पांडुरंगा, कुठच्या जल्माचे भोग भोगायला लावतोस रे. त्यापेक्षा वांझोटी झाले अस्ते तर सुखात जगले अस्ते. (पिंडांकडे बघत, जणू आण्णांशीच बोलतेय—) आयकलात तुमच्या लाडक्या थोरल्याची मुक्ताफळा, तुमच्या तिथीच्याच दिवशी पोर कसा थुंकतोय तुमच्या कर्मावर, आयका— म्हणायचात, लक्षुमे माझे तीन लेक म्हंजे तीन बंदे रुपये हायत, बंदे

रुपये. खणाखण वाजतील कुठल्याव बाजारात. जपून ठेव... त्या बंद्या रुपयांची चिल्लर झाली... तुमची सगळी कमाई... व्हावून गेली... मी जाते हितना. काळा करते. पायजे कशाला तिथ्याबिथ्या? मी मेल्यावर माझे दिवस घालू नका सांगून ठेवते.

[तेवढ्यात राणे 'कामगार एकजुटीचा विजय असो' असं ओरडत येतो. त्याच्या हातात रंगीत वेष्टनातली पुडकी, पिशव्या. राणे प्यालेला आहे. पण धडपडत नाही. त्याच्या बोलण्यावरून अदमास येतो. आई आत जाते.]

राणे : क्या हुआ बाबाशेट? झगडा बंद करो अभी. सगळे प्रश्न सुटलेले हायत.

[बाबा एक नजर राणेकडे फेकतो. पुन्हा स्वतःत चूर.]

राणे : मोहन, मंजू? (मोहन हात वाकडे करून माहीत नाही सांगतो — राणे आत जातो. आईच्या पुढ्यात पुडकी टाकतो. मांडी ठोकून बसतो आणि तसाच वाकून, नमस्कार करतो.) माझ्या बायकोच्या आयशी तुला नमस्कार! बायकोच्या व्हाय? माझ्या... माझ्या आयशी तुला शिरसाष्टांग दंडवत (पुन्हा वाकतो.) अचानक घरी येण्याचे कारण ऐसे जे की, साडेसहा महिने चाललेला आमचा संप आता संपलाय. आमचा लढा संपलाय आज. आपण ज्याम खूश हौत. आपुन आझाद हो गया है. कामगार एकजुटीचा विजय असो!

मोहन : (पटकन उठून पार्टीशनच्या दारावर येतो) म्हंजे संप मिटला तुमचा?

राणे : खलास.

मोहन : शेटने बोलणी ऐकली तुमची?

राणे : यस्!

मोहन : मग केव्हा चालू होणार मिल? एक तारखेपासून?

राणे : चालू? बंद होणार बंद. कायमची.

आई : (प्रथमच मान उचलून बघते.) म्हणजे?

राणे : शेटने गेटवर नोटीस लावली, मिलमधल्या सगळ्या कामगारांनी एकत्रितपणे राजिनामे दिल्यास मॅनेजमेंट कामगारांना नुकसान भरपाई सकट सर्व्हिस म्हणून सव्वा लाख रुपये देयल.

मोहन : सव्वा लाख?

राणे : भांचोद! पाच तासांत अख्ख्या मिलने टाइम हॉपिसमध्ये रांग लावून पंचवीस हजारचा पैला हप्ता घेवन टाकला.

मोहन : आणि उरलेले?

राणे : एका वर्षात हप्त्याहप्त्याने मिळणार. हे पेढे घ्या पेढे...आई... (भराभर एक बॉक्स फोडतो. पेढे काढतो. आईच्या हातात कोंबतो. मोहन पुढे होतो.

दोनतीन भसकन घेतो.)

मोहन : (खात) गौरीशंकर छितरमलचे नाय वाटत?

राणे : हाट्! तोंडात मारतील गौरीशंकरच्या. भारीवाले हायत. मंजूला असले आवडतात. कुठे हाय मंजू, आली नाय आजून? मंजू...

आई : दुपारी येते म्हणून सांगून गेली कंपनीत. आज ह्यांची तिथी. यायला हवी होती.

राणे : तिथी? सासरेबुवांची! माफ करा आई! (फाडफाड गालात मारून घेतो. तसाच उठतो. बाहेर येतो. पिंड ठेवलेल्या पाटापुढे लोंटागण घालतो.) सासरेबुवा आशीर्वाद द्या. माझा संसार लायनीवर येईल असा आशीर्वाद द्या. (उठून आत येतो) सासऱ्यांनी दिला आशीर्वाद. बोलले, जा बेटा मौज कर. आपूनकू अभी लाईन मिलनेवाला हय. आई, खोटा नाय बोलत, पंचवीस हजारचा चेक घेऊन मारवाड्याने रोकडे वीस हजार दिले...कॅश! मूछवाल्या पठाणाला तेरा देऊन टाकले. बाकीचे आपल्याला. ही बघा मंजूला साडी घेतली. भारीवाली...लग्नानंतरची पैली साडी. आणि ही तुम्हाला... (बॉक्स उघडून तिच्या हातात साडी ठेवतो. ती अचंब्याने बघत राहते) आणि हा मला शर्ट पीस... नायतर मंजू बोलेल तुम्ही कायच नाय घेतला. मोहन, कसा वाटतो? तुला पायजे? घेऊन जा. (त्याच्या अंगावर फेकतो.) आपून दुसरा लेगा. तीन हजार हायत खिशात. अब दुनिया झाट हय अपने सामने (पेढ्यांचा बॉक्स घेऊन बाहेर येतो.) बाबा, पेढे घ्या.

बाबा : कसले पेढे?

राणे : मिल बंद पडली. कायमची.

बाबा : मग आता?

राणे : पैले पेढे तर घ्या.

बाबा : (पेढा घेत) करणार काय पुढे?

राणे : धंदा करणार. भाजीचा स्टॉल टाकणार. भाजीच्या धंद्याला मरण नाय, मिलसारखं. रेडिमेड कपडे आले. आता मिलच्या मांजरपाटाला कोण विचारतो? पण भाजी लोक नेहमी खातातच. नाय सा म्हैन्यात मोठा गाळा घेतला तर सांगा, आपली जबान हाय. मंजूला अशी ठेवणाराय राणी सारखी...तिने बिलीव्ह पण नाय केला असेल...

मोहन : ओ, पण पैसे कुठेआयत स्टॉल घ्यायला?

राणे : येडायस काय? तीन म्हैन्यात दुसरा चेक येणाराय. मारवाडी रोकडे वीस देणाराय.

मोहन : म्हंजे पाच हजारचं कमिशन मारवाड्याला. त्यापेक्षा मला द्या.

राणे : बच्चायस मोहन. तुला पैसे मी देतो ना. स्टॉलवर तूच बसायचायस.

मोहन : मी? भाजीच्या? छॅ! माझं काम होतेय एके ठिकाणी. (शर्ट पीस उघडून बघत) पण पीस मस्त आहे. पन्हा कितीचाय?

बाबा : तुमच्या लढ्याचं काय झालं? सहा महिने गेटवर चक्री उपोषण चालवलं होतं त्याचं काय झालं? एक मशीन बाहेर जाऊ देणार नाही म्हणत होता...

राणे : जावदे बाबाशेट. आता काय त्याचं?

बाबा : अरे वा! भांडवलदारांशी चाललेला ऐतिहासिक लढा आम्हीच जिंकणार अशी गर्जना करीत होतात...

राणे : जखमेवर नख लावू नका परत...

बाबा : माझं सूक्ष्म अवलोकन चाललं होतं. तिकडे सालं अख्खं सोविएत कोसळलं तरी तुम्हा डाव्यांच्या डोक्यात प्रकाश पडत नाही. तुमचा मॅक्झिम गॉर्की श्रमसंस्कृतीची कल्पना मांडतो. कामगारांनी श्रमातून आनंद घेतला पाहिजे म्हणतो. बकवास! श्रमात कसला आलाय आनंद? कोण राबराब राबून सुखानं झोपलाय? तुमचा लढाच चुकीच्या बेसवर उभा होता. तो फसणारच होता हे कबूल करा. तुमचंच बघा, तुम्हाला पैसे मिळाल्यावर लागलात ना हवेत तरंगायला?

राणे : चूप! कुठल्या भडविच्याला पायजे होते पैसे? मालकाचा प्लॅन एक दिवस आधी कळता तरी आम्ही हाणून पाडला असता. हरामखोरांनी बेसावध गाठलं. आमचे चुतमारीचे फसले. त्यांना समजवायला गेलो तर आम्हालाच हाकलून काढलानी. शिव्या घातल्या माजोऱ्यांनी. सव्वा लाख आकडा आयकल्याबरोबर लाळ गळायला लागली तोंडातून. भांचोद! ज्यांच्यासाठी जिवाचं रान केलं, हालहाल करून घेतले ते तोंडावर थुंकले. आता कोणासाठी लढायचं? कशाला नरडी पिचायची? नै मंगताय ये लीडरगिरी भांचोद, फोकट का शानपत्ती?

बाबा : मग तुमच्या कामगार तत्त्वज्ञानाचं काय?

राणे : गांडीत गेलं तत्त्वज्ञान— कामगार थोर असतो. कामगार भिकारचोट असतो. पुढाऱ्यांच्या घोषणांवर तो मुततो आणि बॅनरची सुरळी करतो. (आवाज कातर) मोहन, सांग या बाब्याला, तरंगतो म्हणतो... अरे रडतोय आतून हा अरविंद राणे, उसका गम हय किसको मालूम? आरया झाला रे सगळा आरया झाला...

आई : तुम्ही बसा बघू घटकाभर निवांत. वायच चा घेता?

राणे : नको आता काय नको. तुम्ही बघत ऱ्हा आई, आता माझा मी काय करतो ते. मी हरणार नाय. मराठ्याचा रक्त आय. लढवय्याय मी. परत उभा राहीन. मंजूची साथ आय मला. तिच्यासाठी तरी उभा राहीन. संसार मांडल्यापासून काय सुख दिलआय तिला? वणवण तेवढी दिली. तुमच्या दारात आणून टाकली. बिचारी अवाक्षर न काढता राबते कंपनीत. आजपण गेली, तिथी असून गेली. गळ्याची हाडं वर आली तिच्या. पण नवऱ्यासाठी खपते. उपासतापास करते. तिच्या कुंकवाचं बळ मोठं हाय. मंजू, तुझ्यासाठी मी आकाशातले तारे तोडून आणीन. पाचशे पाचशेच्या साड्या आणीन. सोन्याच्या हाराने उघडा गळा झाकून टाकीन. मंजू ऽ... (त्याचा आवाज फाटतो.)

[खाली गलका — मोहन उठून गॅलरीत खाली ओणावतो. क्रिकेटची मॅच खेळून चाळीची टीम परतलीय— त्यांचा गलका.]

मोहन : काय रे जिंकलात? नाय? मग ओरडता कशाला...आँ? जीव द्या करटीभर पाण्यात...मी काय करणार? आलो असतो तर ही आफत आली नसती...पुढच्या रविवारी? पसली खाऊ नका. नंतर नाय म्हणाल...(खुशीत येऊन जागेवर बसत) भावोजी पंचवीस रुपये द्या.

राणे : (खिशातून दोन-तीन नोटा काढून देतो) जाव, मजा करो.

मोहन : आज माझी व्हॅल्यू कळली. आई शप्पत पिदवला असता. नेमकी आण्णांची तिथी आली. आता पुढच्या मॅचला झक मारत बोलावतील. आजच देऊन टाकतो पंचवीस रुपये काँट्रिब्यूशन.

राणे : मोहन, आयुष्यात नोकरी करू नकोस. स्टॉल टाक. फायदा-नुकसान काय झालं तर आपलं आपल्याला.

मोहन : वन डाऊन जायला मिळालं पायजे. त्या जागेची किंमत कळलेली नाय कोणाला. इंडियाच्या टीममध्ये तरी चांगला वन डाऊन हाय कुठे? साला शर्ट शिवून मिळाला पायजे या हप्त्यात. भावोजी, असलाच आणखी एक पीस आणाल? कलर डिफरंट पाह्यजे. असल्या शर्टात भायर पडायचं म्हणजे...

[आईने आत जाऊन चहाचा कप आणून राणेंच्या हातात दिलाय.]

आई : घ्या. आता नाय म्हणू नका. तेवढाचाय. आज ह्यांच्या आत्म्याला किती बरा वाटला असेल. ह्या एका पोरान नाय पण माझ्या जावयान लुगडा आणलान मला... आजचा दिवस भरून पावला. आता पैसे येतील ना हातात ते उडवू नका. कनवटीला जोडा. इसाचे पंचवीस करा. तुमी सुखी ऱ्हावा, माझ्या पोरीला सुखी ठेवा. आज नको जीव झाला होता, पण तुमी आलात नि भरून

पावला.

राणे : आई हे पैसे घ्या. तीन हजार. तुमच्या पोरीला भांडीकुंडी घेऊन द्या. आता आम्ही आमच्या घरी जातो.

आई : मी काय वावगा शब्द काढला असेल तर पाया पडते. पण तुमी आता जाव नका.

राणे : छा.. छा. तुम्ही खूप केलात आमच्यासाठी. शब्द काय अधिक उणा जातोच ओ तोंडातून बोलण्याच्या भरात. तुमचेच भारी उपकार हायत. (दंडवत ठोकतो) आई, बाबा, मोहन आम्ही जातो आमुच्या गावा, आमचा रामराम घ्यावा...आता आम्हाला आमचा संसार उभा करू दे.

आई : आता काय बोलू? माझा आशीर्वाद आय. माझ्या लेकीचा संसार फुलू दे फळू दे, तिचा पोटपाणी पिकू दे.

राणे : मंजू मेरी रानी है. मेरी प्यारी मंजू!

आई : (हुंदका येतो) मंजू गेली, तुम्ही गेलात की घर खायला उठेल. हिते कोणाय माझा?

राणे : माझ्याकडे चला. मी नेतो.

आई : नको. ही माझी दुखणी, हे सांधे... आला दिवस ढकलतेआय.

राणे : मी घरात आलो तेव्हा तुमीच घर सोडायची भाषा करत होता ना. मी नेतो. मंजू करील सेवा. मी करीन.

आई : जितेपणी नाय तर नाय, मेल्यावर तरी बरा बोलून सुख द्या. तेपण नाय वो राण्यानू माझ्या घरवाल्यांच्या नशिबी... जिथे बापाशीला मेजत नायत तिथे आयशीची काय कथा?

राणे : तुम्ही चलाच माझ्याकडे. आई, घेतल्यात बोलतोय असं समजू नका. शिरयसली बोलतोय, तुम्ही चलाच. माझ्या गळ्याची शप्पताय... आधी येतो म्हणा नायतर हिते धरणं धरीन. (थपकल मारून बसतो.) येतो म्हणा... मोहन मी नेतोय आईला...आयस गेल्यावर साल्यांना कळेल किंमत आयशीची. चला आई, आजच्या आजच चला. कपडे भरा. मंजू आली की चपला चढवायच्या.

मोहन : ए, तू जाऊ नको. ए बाबा, ही बघ चाललीय. हे घर कोण बघणार? आम्हाला जेवायला?

बाबा : जाऊ दे तिला. पण जाताना एका प्रश्नाचं उत्तर देऊन जाऊ दे.

राणे : घ्या. थोरले बाबा म्हाराज सवाल करतायत.

बाबा : शटअप!

राणे : व्हाय शटाप?

आई : थांबा. कसला प्रश्न?

बाबा : आण्णांच्या पॉलिसीच्या पैशांचं काय करणारायस?

आई : कसले पैशे?

बाबा : मी आजच या मातीत पैदा झालेलो नाहीयाय. त्या दिवशी मी विषय काढला, त्याला बगल दिलीस तू. मघाशीसुद्धा विषय टाळलास...

आई : कसला इषय?

बाबा : राकेशशी हल्ली काय चालतं तुझं? त्यादिवशी, सोमवारी तू राकेशबरोबर गेली होतीस एलायसीत, बरोबर? आता उद्या जाणारायस, त्याच्याचबरोबर.

मोहन : एलायसीत?

बाबा : वीस हजार मिळणार आहेत, थोडे थोडके नाहीत. पण हिने स्वतःच्या मुलांना थांग लागू दिलेला नाही त्याचा. आमच्यापेक्षा राकेश जवळचा वाटतो तिला.

आई : व्हय वाटतो. काय म्हणणाय तुझा? तुमच्यासारका खाल्लेल्या घराचे वाशे मोजणारा नायाय तो.

बाबा : ओ.के. आम्ही नालायक आहोत. तू जातेस ना, जा. पण जाताना जो चेक येईल तो इथे ठेवून जा. तुझी जबाबदारी ह्यांनी घेतलीय. इथे आम्ही दोघेच राहणार आहोत. आमच्या भविष्याची सोय म्हणून मला तो चेक पाहिजे.

आई : एक छदाम मिळणार नाय. माझ्या नवऱ्याचे पैशे हायत ते.

बाबा : तो माझाही बाप होता.

आई : त्या बापाचे धिंडवडे काढताना जीभ कचरली नाय ना...

बाबा : नाही कचरली. तो माझा बाप होता हे सत्य. तो बाप म्हणून नालायक होता हे सत्य. त्या बापाच्या पॉलिसीचे पैसे मिळणार आहेत हे सत्य आणि त्याचा मुलगा म्हणून त्याच्यावर माझा हक्क आहे हेही सत्य...

राणे : (फिसकन हसत) हैत्तिच्या सत्याशी अठ्ठ्या लावा...ओपन टू क्लोज.

बाबा : ह्या माणसाला गप्प बसवा आधी.

राणे : व्हाय गप्प? टेल मी, व्हाय? च्यायला तुम्ही वाट्टेल ते बोलत न्हाणार, टोचणार, तरी पण मी गप्प? नो.

बाबा : मोहन, तुला काहीच बोलायचं नाहीए का? मी एकटाच बोलतोय.

मोहन : (आईला) तू का जातेस पण?

बाबा : तुला पैसे हवेत की नकोत?

मोहन : ह...हवेत.

आई : त्या इस हजारातले इस पैशे नाय द्यायची मी तुमाला.

बाबा : मग तू कशी उद्या त्या राकेशबरोबर जातेस तेच बघतो.

राणे : ए किसकू आवाज देताय? जिसने तुमकू निकाला...

बाबा : गप बसवा रे त्याला.

मोहन : भावोजी...

राणे : तू सोड मला.

आई : तुमी चिप ऱ्हावा. मी बघते.

राणे : ही तुमची पोरं, थूत तिच्या...देऊन टाका चेक. चला माझ्याबरोबर. माझ्याकडे हायत पैसे.

आई : तुमचे असू देत. हे माझ्या हक्काचे हायत. ह्यांचे पंचेचाळीस हजार ह्यांनी अशेच बसून खाल्ले. आता लोकाची कामा करून दिवस रेटायचे नायत मला. उद्या जागेवर पडले तर कोण बघील? चार पैशे हायत ते असू दे कनवटीला.

राणे : मी हाय ना. मंजू बघील. मी टाकणार नाय तुम्हाला. आयच्यान...

आई : तुमचा सवाल नाय ओ, हे माझ्या घोवाचे शेवटचे पैशे हायत...

मोहन : आई, बाबा बोलतो ते बरोबराय. तू पैसे आम्हाला दे. ह्या वीस हजारातले पंधरा भरले तर ह्या मिन्टाला मला नोकरी लागेल. बाबी शिरसाटकडे एक जॉब आय. कालच मला सांगत होता. भावोजी, तुम्हाला मघाशी बोललोना माझं काम होतेय एके ठिकाणी.

बाबा : काय म्हणालास?

मोहन : अरे सॉलीड जॉब आय. पावणे तीन स्टार्ट. वीसचा रेट चालू आय. पण बाबी म्हणाला, तू पंधरा भर. सहा म्हैन्यात पैसे वसूल.

बाबा : तुला वेड लागलंय काय? वीसातले पंधरा गेल्यावर माझ्या हातात काय राहणार?

मोहन : अरे पण जॉब तर मिळेल.

बाबा : खात्री काय? तो माणूस पैसे घेऊन पळाला म्हणजे?

मोहन : कसा पळेल? खात्रीचा आहे.

बाबा : मी सांगतो पळणार.

मोहन : नाय रे, एकदा जॉब लागू दे मला. मग तुला पण देतो पायजे तितके.

बाबा : चल रे, तुझे पैसे हवेत कोणाला?

मोहन : तू बसून खाशील.

बाबा : तुझ्या हातचं मला नको.

मोहन : मला नोकरी लागायला हवीय की नको?

बाबा : तुझं तू बघ. फारतर पाच देईन तुला वीसातले.

मोहन : पाच? बाकीचे काय करणार तू?

बाबा : रोजच्या जगण्याला नाही लागत पैसे? थोडं कर्जही आहे माझ्यावर मित्रांचं. आणि मी सात टाकले तर अवधूत सात टाकायला तयार आहे. चौदा हजारात पुस्तक होईल माझं. बक्षिसात वसूल होतील पैसे.

मोहन : पुस्तक महत्त्वाचं की माझी नोकरी?

बाबा : मला पुस्तक महत्त्वाचंय. तुझ्या नोकरीच्या बाता फार ऐकल्यायत. मला बनवू नकोस.

मोहन : आई, तू सांग. त्यापेक्षा तूच मला पंधरा दे. बाबाला काय देऊ नको नि तू इथून जाऊ पण नको.

बाबा : ए, माझ्या वाटणीच्या मध्ये येऊ नकोस.

मोहन : माझ्या जिंदगीचा सवाल आय हा.

बाबा : खड्ड्यात गेली तुझी जिंदगी. मला पैसे पाहिजेत.

मोहन : मी पंधरा घेणार म्हणजे घेणार.

बाबा : तू कसा घेतोस तेंच बघतो.

मोहन : (बाह्या सरसावत उठतो) काय करशील तू?

बाबा : दोन लाफा लगावीन.

मोहन : चल बे गेले ते दिवस.

[आता दोघांची जुंपते.]

आई : (राणेंना) बघा बघा, सक्के भाऊ नायत पक्के वैरी हायत. मोअन सोड, सोड म्हणते ना... बाबा... नरू हवा होता आता. दोघांना केलांन असता बरोबर. मंजू तरी यायला हवी होती.

राणे : मोहन, मागे हट...

मोहन : मी नाय सोडणार. माझ्या जिंदगीचा सवाल आहे.

आई : मोअन ऽ...

मोहन : तू मध्ये तडमडू नकोस...

[दोघे एकमेकांना फटाफट मारतात. हिसकाहिसकीत मोहनचा शर्ट टरकतो तसा तो अधिकच खवळतो. आई ओरडतेय. बाबा-मोहन आता एकमेकांवर तुटून पडलेले. आईचा कलकलाट वाढतो. ती दोघांना सोडवू पाहते. मध्येच राणेंकडे येते. राणे दोघांकडे असहायपणे बघत साड्यांचे खोके आणतो. पेढ्याचा बॉक्स उचलतो. तेवढ्यात बाहेर धडपडीचा आवाज. नरू मंजूला फरफटत आणून फेकतो. तिचे केस विस्कटलेले. चेहरा रडून कोमेजलेला. नरूचे कपडे चुरगळलेले. शर्टावर रक्ताचा डाग. चेहऱ्यावर क्रोध. घरात येताच

धाडकन दार लावून घेतो. मंजू जमिनीवर कोसळते. रडत मात्र नाही. तिच्या
धक्क्याने पाटावरचे पिंड उडतात.]

नरू : रांड साली!

[सगळे अवाक. राणे पुढे होतो. तसाच झटका बसल्यागत मागे.]

आई : काय झाला रे?

नरू : विचार तुझ्या पोरीला, विचार तिचे धंदे— भेंचोद.

आई : काय केलास मंजे?

नरू : बोल नायतर तुडवीन लाथेने...

आई : केलास काय?

नरू : गीतामध्ये बसली होती. त्याच वाण्याच्या पोराबरोबर. एकदा पोर पाडलान
तरी अक्कल नाय आली. त्या भडव्याला तीन पोरं हायत. हिचा नवरा हिते
हाय...

[राणेच्या हातातला साड्यांचा खोका पडतो. आईला प्रचंड धक्का. गोठल्यागत
झालेली.]

राणे : तू कंपनीत गेली होतीस ना? (थर्थरत राहतो.)

नरू : (मंजूला लाथ मारत) दुनियेला च्युतिया बनवते साली... कंपनीत गेली होती.
थेटर म्हंजे काय कंपनी तुमच्या आयला. (तो पुन्हापुन्हा धावून जात मंजूला
लाफा, लाथा मारतो. ती मार खाते पण रडत नाही.)

मोहन : चित्रा होती बरोबर...

नरू : तिच्याबरोबर दुसरा पोरगा...आयला डोका आऊट झाला आपला
बघितल्यावर. शिधा कॉलरला हात घातला, भेंचोद गुरगुरायला लागला...
तसा तुडव तुडव तुडवला...फोडून ठेवला.

आई : (कसंबसं बोलते—) हे रक्ताचे डाग कसले तुझ्या शर्टावर? केलास तरी
काय?

नरू : आडवा केला शाप त्या वाण्याच्या पोराला. डोका फोडून ठेवला. माझी तर
हटलीच होती. आज घोडा न्हवता पेंटीला नायतर पुरा खाली केला असता
त्याच्यावर. भेंचोद भिडतो आणि वर बोलतो तुझीच भैण झोपते माझ्याखाली.

बाबा : (किंचाळून) काऽय?

नरू : मग तर शाप हटली. डोक्यात लाथा घातल्या.

मोहन : मारून टाकलंस त्याला...

नरू : ए, तुला काय करायच्यायत बारा पंचायती...

मोहन : आता वाणी पोलिस कम्पलेट करणार.

नरू : आय झवून टाकेन एकेकाची पोलिस हा जिना चढले तर... (अंगातला शर्ट झटपट काढतो. आईकडे देत—) हा शर्ट धुवून टाक नि दुसरा दे. पोलिस यायच्या आत धू सांगून ठेवतो हाय. आणि ह्या रांडेचं जेवण बंद करून टाक. ऱ्हाव दे उपाशी. मादरचोतना गिळायला दिल्यावर हे धंदे सुचतात. लगीन कशाला करून दिला? उद्या जाशील फोरास रोडला धंदा करायला... (आईला—) ए, डोक्याला हात लाव नकोस. तेवढा टायम नाय. पाचशे रुपये दे मला. खसकू दे. आणि ही जर परत भायेर दिसली तर हिची मर्डर केली समज. चल चल पैशे काढ. (आई उठत नाही.)

बाबा : ए, देवून टाक त्याला. जाऊ दे एकदा.

आई : .....

नरू : आता नडू नकोस मला. नसतील तर हिच्या न्हवऱ्याकडून दे.

[राणे हरवल्यागत गॅलरीत येतो आणि कठड्यावर डोके ठेवून खचल्यागत बसतो.]

नरू : तुझ्या पोरीमुळे लफड्यात फसलोआय. माझ्या गांडीला खाज न्हवती. दे...

बाबा : (खिशातून एक बारीक घडी काढून) हे घे माझ्याकडे शंभर होते. (नरू ते खेचून घेतो.)

नरू : (आईला) तू दे उरलेले.

मोहन : तिथे हायत. आईने औषधाचे दोनशे बाजूला काढून ठेवलेले. डॉक्टराना द्यायचेत.

नरू : दे दे तेवढे तर तेवढे.

मोहन : आणि डॉक्टरला?

नरू : डॉक्टर गेला भोसड्यात. आण इकडे. (मोहन भांड्यांच्या फळीवर शोधत शोधत एक डबी काढतो. त्याच्या धक्क्याने एक भांडे खाली पडते. नरू ते पैसे त्याच्या हातून हिसकावून घेतो. चपला अडकवत—) ए, मी इथे येवन गेलो म्हणून पचकू नका. पोलिस तुमाला उचलतील. मायला भाय पण आज जागेवर नाय (आईला) शर्टावरचे डाग गेले नायत तर फाडून मागच्या खाड्यात फेकून दे.

[निघायच्या आधी वळतो आणि आईच्या पायाला हात लावतो. मग दाणदाण पळत जातो. बाबा आणि मोहन एकत्र उभे. मोहन पटकन जावून दार गच्च लावून घेतो.]

बाबा : (आईला—) ए, ती मरू दे. पोलिस येतील आता इथे त्याचं बघ. जाळून टाक तो शर्ट. आधी तो नाहीसा कर.

मोहन : (भयंकर घाबरलेला) पोलिस येतील बाबा? पण इथे कशाला येतील? नरू कुठे आहे?

बाबा : (वैतागत) इथे नाही येणार तर कुठे जातील? तो वाणी गप्प नाही बसणार. त्याचे हात वर पोचलेले आहेत.

[मोहन तेवढ्यात गॅलरीत जाऊन झटका बसल्यासारखा आत येतो.]

मोहन : ए, वाण्याच्या दुकानासमोर माणसं जमलीयत. इकडेच बघतायत सगळे.

बाबा : तिला पहिलं आत घेऊन जा. नालायक. माणसं जमली म्हणजे याने मोठंच काहीतरी करून ठेवलेलं दिसतंय.

मोहन : मोठं म्हंजे...

बाबा : म्हंजे काय ते जाऊन बघ. (सदरा काढून शर्ट घालू लागतो.)

मोहन : तू कुठे चाललास?

बाबा : मी चाललो. शांतारामच्या घरी जाऊन बसतो. पोलिस आले तर त्यांना सरळ सांग नरूचा नि आमचा काहीही संबंध नाही. त्याला आम्ही घरातून हाकललेला आहे. त्याचं तुम्ही काय वाटेल ते करा, आम्हाला सांगू नका.

मोहन : ए, हा.बघ काय बोलतो!

बाबा : त्याच्यामुळे आम्हाला त्रास काय म्हणून?

मोहन : त्याला पकडला तर जाम मारतील. नडगीबिडगी फोडून ठेवतात. बाबा, ते नगरसेवक आहेत ना भोसले, त्यांच्याकडे जा ना...

बाबा : मी काय म्हणून जाऊ?

मोहन : तुला ओळखतात ते.

बाबा : मी नाही जाणार. जाऊन सांगू काय? माझा भाऊ एकाला बेदम मारून आलाय म्हणून? नरू माझा भाऊ आहे हे ऐकलं तर धक्का बसेल त्यांना.

मोहन : अरे पण...

बाबा : एवढं वाटतं तर तू जा.

मोहन : मला ओळख दाखवणार नाहीत ते.

बाबा : मग गप्प बस.

मोहन : (लगबगीने आईकडे जात) आई, पाटोळ्यांच्या विजाला तरी सांग ना. भाय त्याला ओळखतो. नरूने लफडं करून ठेवलानाय म्हणून सांगितलं तरी पुरे, भाय बघून घेईल, जा ना, विजा ऐकेल तुझं.

[दारावर जोरदार थापा 'नरूच्या आई दार उघडा' असे आवाज. सगळे टेन्स. दार उघडायला कोणीच पुढे होत नाही. मोहन दरवाजा उघडतो. दारात पाच-सहा पोरें— त्यातला बटर पुढे येतो.]

मोहन : काय रे बटर?

बटर : (धापा टाकत) नरूच्या आई...लफडा.

मोहन : काय झालं आणि?

बटर : नरू नाक्यावर पोलिसांना गावला आणि...

बाबा : नरूला पकडला?

मोहन : (थर्थरत) आणि काय? आणि काय बटर?

बटर : वाण्याचा पोरगा मेला... कवटी फुटली होती शाप...धा मिल्टा पण नाय न्हायला...

[मंजू जोराचा हंबरडा फोडून हात जमिनीवर आपटते. बांगड्या फुटतात. बाबा सर्द झाल्यासारखा मागे फिरतो. मोहन प्रचंड हादरलाय. थरथरत तो पूर्वीच्या जागी बसतो. पाय दुमडून गुडघ्याभोवती त्याने गच्च मिठी मारली आहे. अंग अधिकच आक्रसलेले. आई मटकन खालीच बसते. पूर्णपणे खचून गेली आहे. पोरे निघून जातात. गॅलरीत बसलेला राणे एकदाच हंबरतो, ''मंजू ऽऽ''

प्रकाश कमी कमी होतो. संदिग्ध उजेडात माणसे अधिकच गूढ, भेसूर दिसायला लागतात. आई सावकाश उठते. माचिस आणते. नरूचा रक्ताने माखलेला शर्ट समोर ठेवते आणि काडी पेटवून शर्टावर धरते. शर्ट भुरूभुरू जळतो आहे. आई त्या ज्वाळांकडे एकटक बघत असतानाच— पडदा.]

www.ingramcontent.com/pod-product-compliance
Lightning Source LLC
LaVergne TN
LVHW022044240825
819405LV00025B/420